நாம் ஏன் முன்னேறுவதில்லை?

ஸ்ரீ ராமகிருஷ்ண பரமஹம்சர் சொன்ன கதைகள்

தொகுப்பு : வழுவூர் குரு சரவணன்

நூல் விவர பட்டியல்

நூலின் தலைப்பு	:	நாம் ஏன் முன்னேறுவதில்லை? (ஸ்ரீ ராமகிருஷ்ண பரமஹம்சர் சொன்ன கதைகள்)
தொகுப்பாசிரியர்	:	வழுவூர் குரு சரவணன்
பதிப்பாசிரியர்	:	வழுவூர் குரு சரவணன்
பதிப்பு ஆண்டு	:	முதற் பதிப்பு 2024
உரிமை	:	பதிப்பாளருக்கு
முகவரி	:	வழுவூர் குரு சரவணன் சென்னை
தொலைபேசி	:	98409 92375
மின் அஞ்சல்	:	vazhuvoorsaravanan@gmail.com
பக்கங்கள்	:	128
நூல் அளவு	:	140 mm x 210 mm
பயன்படுத்தப்பட்டுள்ள தாள்	:	130 gsm Art Paper
பயன்படுத்தப்பட்டுள்ள எழுத்துக்கள்	:	13 புள்ளிகள்
அச்சிட்டோர்	:	அம்ரித்தா பதிப்பகம், சென்னை
விலை	:	ரூ.

பொருளடக்கம்

அணிந்துரை

சுகிசிவம், B.A.,B.L.
sukisivam53@gmail.com

கதைகள், வெற்றியின் விதைகள்

வழுவூர் குரு சரவணன் அவர்கள் வரைந்த 'நாம் ஏன் முன்னேறுவதில்லை?' என்ற எழுத்து ஓவியம் வரப்பெற்றேன். எல்லா படைப்புகளும் மனித குலத்தின் மனங்களுக்கு நெருக்கமானவை. எல்லோரும் ஏதோ ஒன்றை இவ்வுலகிற்கு சொல்ல நினைக்கிறார்கள். பலர் சொல்லாமல் சோர்ந்து விடுகிறார்கள். சிலர் மட்டுமே சொல்லும் வல்லமை கொண்டு படைப்புகளை படைக்கிறார்கள்.

அவ்வகையில் நாட்டிய மேதை வழுவூர் ராமையா பிள்ளையின் மரபு வழி தோன்றல் குரு சரவணன் அவர்கள் ராமகிருஷ்ண குருதேவர் மீது கொண்ட பக்தியால் இப்படைப்பை வழங்கி இருக்கிறார்.

ஞானியர்களிலேயே சின்ன சின்ன கதைகளின் மூலம் நற்கருத்துக்களை நல்கியவர் ஸ்ரீ ராமகிருஷ்ண குருதேவர் மட்டுமே. படைப்புகளில் சிறுகதை மட்டுமே பெரிய பெரிய தத்துவங்களை எளிமையாக புரிய வைக்க முடியும். எப்போதும் மனதளவில் நாம் குழந்தைகள்தான். காரணம் மனிதர்கள் உடல் வயது எழுபது என்றாலும் மனவயது 7 அல்லது 11 தான்.

20/21, வீரபாண்டிய கட்டபொம்மன் தெரு, பெருங்குடி, சென்னை 96.

அதனால் தான் சிறு பிள்ளைகளுக்கு சிறு கதைகளின் மூலம் சிறந்த கருத்துக்களை சொல்வது காலம் காலமாக நடந்து வருகிறது. அவ்வகையில், குருதேவர் தன்னை ஒரு தாய் தந்தையை போன்றும், தரணி வாழ் மக்கள் அனைவரும் அவரது பிள்ளைகள் போன்றும் நினைந்து நல்ல கதைகளை தந்துள்ளார் எனலாம்.

அவர்தம் கதைகளை கருத்தூன்றி கற்று, அவற்றுள் இக்கால இளைஞர்களுக்கும், குழந்தை களுக்கும் ஏற்புடைய கதைகளின் தொகுப்பாக இந்நூலை தந்துள்ளார் குரு சரவணன் அவர்கள்.

சுவாமி விவேகானந்தர் குருதேவரிடம் கேள்வி களால் வேள்வி நடத்தித்தான் ஞானவெளிக்குள் பிரவேசித்தார். அவர் விடுத்த அத்தனை கேள்வி களுக்கும் விடை தந்த குருதேவர் போலவே இந்த கதை தொகுப்பும் நமக்கு விடை கொடுக்கும். 'நாம் ஏன் முன்னேறுவதில்லை?' என்ற நமது கேள்வியே தலைப்பாக அமைந்த இந்நூலை முழுவதும் கற்றால், நமது கேள்விகளுக்கேற்ற விடைகள் நமக்கும் கிடைக்கும் என்பது திண்ணம்.

பக்தி, பனுவல், நாமம் என்றாலேயே அவை முதுமையில் மட்டும்தான் வரவேண்டும் என்ற தவறான புரிதலைமாற்றி, அவை இளமையிலேயே கற்றுத்தரப்படவேண்டியவை என்பதை சொல்லும்

கிளிக்கதை அமைந்த 'அப்பியாச யோகம்' என்ற கட்டுரை கிளிப்பிள்ளைக்கு சொல்வது போல் எளிமையாக அமைந்து இன்பம் தருகிறது.

'நம்பிக்கையின் வலிமை' என்ற தலைப்பில் கடவுளால் செய்ய முடியாததை கூட நம்பிக்கையால் செய்துவிட முடியும் என்ற கதையில் நம்பிக்கை ஒளி நன்றாக வீசுகிறது.

இத்தகு நம்பிக்கை ஒளியைப் பாய்ச்சுவதற்கு ஞான சூரியன் போன்ற நல்ல குரு அமைய வேண்டும். அப்படி அமையாவிட்டால் குருவுக்கும் வேதனை, சீடனுக்கும் வேதனை என்பதை சொல்வதாக ஏழாவது கட்டுரை அமைந்துள்ளது.

'பாவத்தின் சம்பளம்' என்ற தலைப்பில் அமைந்துள்ள சிறுகதை, தாசிக்கும் தவசிக்கும் இடையே நடந்த உரையாடல்களை சொல்லி மனத் தூய்மையின் மாண்பை நம் மனதில் பதியமிட்டு விடுகிறது.

வாழ்க்கையில் நம்மை பாதுகாத்துக் கொள்ள வேண்டியதன் அவசியத்தையும் அதற்கு என்னென்ன செய்ய வேண்டும் என்பதையும் 'சீறு ஆனால், கடித்து விடாதே' என்ற கட்டுரை கற்றுத் தருகிறது. மேலும், இந்த நூல் முழுவதிலும் சிந்தனைக் கீற்றுகள் சிந்திக்கிடக்கின்றன.

'உலக ஆசையை விட்டு விலகினால் மட்டுமே இறையானந்தத்தை நாம் அனுபவிக்க முடியும்'; 'ஈஸ்வரனுடைய தீர்ப்பு எப்போதும் நியாயமானதாகவே இருக்கும்'; 'எதை நீ நினைக்கிறாயோ அதையே அனுபவிப்பாய்'; 'அவனவன் முதலீட்டிற்கு ஏற்பவே பொருட்களுக்கு விலையை மதிப்பிடுகிறான்'; 'தர்மத்தின் போக்கு நுட்பமானது. ஆசை இம்மியளவு இருந்தாலும் கடவுளை பெற முடியாது. ஓர் இழை பிரிந்திருந்தாலும் கூட நூலை ஊசியில் கோர்க்க முடியாது.' இத்தகு வைரவரிகள் வழுவூர் குரு சரவணனின் எழுத்தாற்றலுக்கான எடுத்துக்காட்டுகள்.

இது போன்ற சிந்தனைகள் மிக சுவையான சிந்தனை முத்துக்கள். குறிப்பாக, 'சித்திகள் பகவானை அடைய உதவுமா?' என்ற தலைப்பில் அமைந்த கட்டுரை சிந்தனைக்கு விருந்தாகவும் மருந்தாகவும் அமைகிறது.

வருங்கால சமுதாயத்திற்கு வழிகாட்டும் இந்நூல் இளைஞர்கட்கு இலக்கை எய்த துணை நிற்கும். வாசிப்பவர்களுக்கு ஒரு வரமாக அமைய என் வாழ்த்துக்கள். வழுவூர் குரு சரவணனின் முயற்சிக்கு என் வரவேற்பும் வாழ்த்தும்.

அன்பினிய

சுகிசிவம்

முன்னுரை

“மனிதருள் உறையும் புனிதத்தை வெளிக் கொணர்வதே மதமாகும்!” என்று முழங்கினார் சுவாமி விவேகானந்தர். அத்தகைய போற்றுதலுக் குரிய மதமானது இன்று உலகெங்கிலும் அரசியல், வியாபாரம் உள்ளிட்ட சுயநல நோக்கங்களுக்காக பயன்படுத்தப்படுவது மதத்திற்கும், அந்த மதத்தின் மூலமாக உலகிற்கு உபதேசிக்க வந்த மகான்களை நிந்திப்பதற்கும், அவர்களது வழி காட்டுதலுக்கு எதிராக செயல்படுவதற்கும் காரணமாக அமைகிறது.

இது முற்றிலுமாக தடுத்து நிறுத்தப்பட்டு, ஒவ்வொரு தனிப்பட்ட மனிதனையும் தனது நிலை யிலிருந்து உயர்த்தி, மேன்மையடைய செய்வதற்கு மட்டுமே மதம் பயன்படுத்தப்பட வேண்டும். இத்தகைய மதத்தின் பெயரால் மனித சமுதாயத்தில் ஏற்பட்டுள்ள வேற்றுமைகள் களையப்பட்டு, அனைவரும் சகோதர சகோதரிகளாக, சமத்துவ, சமரச கொள்கைகளுடன் ஒன்றுபட்டு ஒற்றுமையுடன் வாழ வழிவகைகள் செய்யப்பட வேண்டும்.

இதன் காரணமாகவே உலகிற்கு ஒளி கொடுக்க எண்ணற்ற மகான்கள் இந்த புண்ணிய தேசத்தில் தோன்றினார்கள். அத்தகைய அருளாளர்களில் ஜாதி, மத, மொழி, இன பாகுபாடுகளுக்கு அப்பாற் பட்டு முதன்மையானவராக போற்றப்பட்ட பூஜ்ய ஸ்ரீ ராமகிருஷ்ண பரமஹம்சர், மேற்கு வங்காளத்தில் இன்றைய கொல்கத்தாவிற்கு அருகில் உள்ள

'காமார்புக்கூர்' என்ற கிராமத்தில் 1836ஆம் ஆண்டு பிப்ரவரி திங்கள் 18ஆம் நாள் அவதரித்தார்.

அவர் அவதரித்த காலத்தில் நாடு முழுவதிலும் அந்நிய நாட்டு மோகமும், மத அவநம்பிக்கைகளும் மலிந்து இருந்தன. அத்தகைய சூழ்நிலையில் அறியாமையை விலக்கி, தர்மத்தை நிலை நாட்ட குருதேவர் ஸ்ரீ ராமகிருஷ்ண பரமஹம்சர் தோன்றினார்.

புனிதமிக்க பாரததேசம் தியாகத்தின் அடிப் படையில் கட்டமைக்கப்பட்டது. இங்கே மகத்தான வைகள் என்று போற்றப்பட்ட அனைத்தும் இத்தகைய உன்னத தியாகத்தின் வாயிலாகவே சாதிக்கப்பட்டது. இந்த தியாகத்தின் பெருமையை மீண்டும் உலகிற்கு எடுத்துக்காட்டி அதன் மொத்த உருவமாகவே வாழ்ந்தவர் குருதேவர் ஸ்ரீ ராமகிருஷ்ண பரமஹம்சர். அவர் தமது உபதேசங்களில், 'ராமரை காட்டிலும் ராம நாமத்திற்கு மகிமை உண்டு' என்று சொல்லுவ துண்டு. அதைப்போலவே புனிதமிக்க குருதேவரின் மகிமையை அவரது உபதேசங்களில் இன்றும் நாம் காண முடிகிறது.

அவர் எளிமையான கதைகளைக் கொண்டு கருணை மழையாக பொழிந்த உபதேசங்கள் அனைத்தும் கால சூழ்நிலைகளை கடந்து இன்றும் அனைவருக்கும் வழிகாட்டி நிற்கிறது. தமது உபதேசங் களில் குருதேவர் ஸ்ரீ ராமகிருஷ்ண பரமஹம்சர் இன்றும் நம்மிடையே வாழ்ந்து வருகிறார். இவ்வாறாக மக்களுக்கு உபதேசித்தது மட்டுமல்லாமல், அதன்

படியே வாழ்ந்தும் காட்டிய அவதார புருஷர் அவர்.

பகவான் ஸ்ரீ ராமகிருஷ்ணரின் இத்தகைய ஒளிமிக்க உபதேச கதைகளில் சிலவற்றை மட்டும் எடுத்து, இன்றைய சமுதாயத்திற்கு மிகவும் அத்தியா வசியமான கருத்துக்களை புதுப்பொலிவுடன் பக்தி மாலையாக தொடுத்து, அனைவரும் படித்து பயன் பெற வேண்டும் என்ற நோக்கில் குருவருள் வேண்டி, அவரது பாதங்களைப் பணிந்து பேரன்புடன் இந்நூலை சமர்ப்பித்துக் கொள்கிறேன்.

இந்நூலில் குருதேவர் ஸ்ரீ ராமகிருஷ்ணர் சொன்ன கதைகளோடு மகத்துவமிக்க அவரது வாக்கியங்களும் சேர்க்கப்பட்டுள்ளது. மேலும், சுவாமி விவேகானந்தர் உள்ளிட்ட குருதேவரின் பிரதான சீடர்கள் சிலரது வாழ்க்கை சரிதத்தை பலரும் ஏற்கனவே அறிந்திருக்க வாய்ப்பிருப்பதால், இங்கே அவரது மற்றுமொரு சீடரான சுவாமி யோகானந்தரின் வாழ்க்கையில் நடைபெற்ற சம்பவங்களை சுருக்கமாக வழங்கி இருக்கிறோம். இவரைப் பற்றிய குறிப்புகள் சுவாரசியமாக இருப்பதோடு மட்டுமல்லாமல் குரு தேவரின் மகிமையை புரிந்து கொள்வதற்கும், நம் அனைவருக்கும் ஒரு படிப்பினையாகவும் அமையும் என்ற வகையில் பக்தியுடன் அதனை இங்கே இணைத்திருக்கின்றோம்.

இன்று ஸ்ரீ ராமகிருஷ்ண பரமஹம்சரின் உபதேச கதைகள் கொண்ட நூல்களை அதிகமாக நாம் பார்க்க முடிந்தாலும், உங்களது கரங்களில்

தவழும் இந்த புனித நூலானது, புதுப்பொலிவுடன் இந்த கதைகளுக்கு பின்னால் உள்ள கருத்துக்கள் மற்றும் மகத்துவமிக்க குருதேவரது உபதேசங்களை இன்னும் சிறப்பாக எடுத்துரைப்பதாக இருக்கும் என்ற நம்பிக்கையுடன் அனைவருக்கும் குருவருளும் திருவருளும் சித்திக்க மனதார பிரார்த்தித்துக் கொண்டு உங்கள் அனைவர் சார்பாகவும் குருதேவர் ஸ்ரீ ராமகிருஷ்ண பரமஹம்சருடைய திருப்பாத கமலங்களில் இந்த கதை மலரை சமர்ப்பிக்கிறேன்.

புனிதமிக்க இந்த நூலிற்கு அணிந்துரை வழங்கிய ‘செந்தமிழ் செல்வர்’ மதிப்பிற்குரிய உயர்திரு சுகிசிவம் அவர்களுக்கு எனது மனமார்ந்த நன்றியை தெரிவித்துக் கொள்கிறேன். மேலும் இதற்கான அச்சகப் பணிகளில் சிறப்பாக பணியாற்றி ஒத்துழைப்பு நல்கிய அமிர்தா பதிப்பகத்தார் மற்றும் இந்த மகத்தான பணியில் பங்கெடுத்துக் கொண்ட அனைவருக்கும் எனது நன்றியை தெரிவித்துக் கொள்கிறேன். அனைவருக்கும் குருதேவர் ஸ்ரீ ராமகிருஷ்ண பரமஹம்சருடைய நல்லாசிகள் சென்று சேர பிரார்த்தித்துக் கொள்கிறேன். இந்த தெய்வீக பணியில் எனக்கு ஊக்கமளித்த சென்னை ஸ்ரீ ராமகிருஷ்ண மடத்தின் சன்னியாசிகள் மற்றும் நிர்வாகிகளுக்கு எனது பணிவான நமஸ்காரங்களை தெரிவித்துக் கொள்கிறேன்.

ஓம் நமோ பகவதே ஸ்ரீ ராமகிருஷ்ணாய நமஹ!!

வழுவூர் குரு சரவணன்

கோபிகா கீதம்

தவ கதாம்ருதம் தப்தஜீவனம்
கவிபிரீடிதம் கல்மஷாபஹம் !
ஸ்ரவணமங்களம் ஸ்ரீமதாததம்
புவிக்ருணந்தி தே பூரிதா ஜனா: !!

ஹே பிரபோ! உம்முடைய பிரிவால் நாங்கள் இறந்திருப்போம். ஆனால் மகான்கள் உன் கதாம் ருதத்தைக் கூறி எங்களைப் பிழைக்க வைத்து விட்டார்கள்.

மன சலனங்களில் சிக்கியவர்களை காப்பதும், வியாசர், சுகர் போன்ற மகரிஷிகளால் கொண்டாடப் பட்டதும், ஆசையால் ஏற்படக்கூடிய அல்லல்களைப் போக்கடிக்கக்கூடியதும், கேட்பதாலேயே மங்களத்தை அளிக்கக்கூடியதும், அஷ்ட ஐஸ்வர்யங் களையும் கொடுக்கக்கூடியதுமான உமது கதையாகிய அமிர்தத்தை யார் சொல்கிறார்களோ அல்லது கேட்கிறார்களோ அவர்கள் பலப்பல பிறவிகளில் வெகுவாக புண்ணியம் செய்திருக்க வேண்டும்.

1. நாம் ஏன் முன்னேறுவதில்லை?

அற்ப சந்தோஷங்களுக்காக
உயர்ந்த லட்சியங்களை தவறவிடும் மனிதர்கள்!!!

ஒரு முறை கோயிலுக்கு போன ஸ்ரீ ராமகிருஷ்ண பரமஹம்சரிடம், "ஒவ்வொரு நாளும் தயாரிக்கின்ற பிரசாதங்களையெல்லாம் எங்கிருந்தோ வரும் எறும்புகள் மொய்த்து விடுகின்றன. கடவுளுக்கும்

படைக்க முடியவில்லை!!!” என்று முறையிட்டனர். இதைக்கேட்ட பரமஹம்சர், “இன்று கோயில் வாசலில் ஒரு பிடி சர்க்கரையை போட்டு விடுங்கள்” என்றார்.

அவர் சொன்னபடி செய்தனர். ஆச்சரியம்!!! எறும்புகள் எல்லாம் அந்த சர்க்கரையை மொய்த்து விட்டு அப்படியே திரும்பிப் போய்விட்டன. “உள்ளே விதவிதமான பிரசாதங்கள் இருப்பினும் இந்த எறும்புகள் வாசலில் இருந்த சர்க்கரையை மட்டும் மொய்த்துவிட்டு திரும்பி விட்டதே!” என்று ஆச்சரியப் பட்டனர். அதற்கு பரமஹம்சர் சொன்னார், “எறும்பு களும் மனிதர்களைப் போலத்தான். மனிதர்களும் வாழ்க்கையில் உயரிய லட்சியம் எல்லாம் வைத்துக் கொண்டுதான் இருப்பார்கள். ஆனால் நடுவிலே கிடைக்கிற அற்ப சந்தோஷத்திற்கு மயங்கி முன்னேறா மலேயே இருந்து விடுவார்கள்.

தீவிர வைராக்கியம் ஏன் ஏற்படுவதில்லை? அதற்கு காரணம் இருக்கிறது. கிராமங்களில் வயலுக்கு நீர் பாய்ச்சுவார்கள். தண்ணீர் வீணே வெளியில் போவதை தடுப்பதற்காக வயலை சுற்றி நான்கு பக்கமும் வரப்பு கட்டியிருப்பார்கள். வரப்பு மண்ணால் ஆனது. அதில் இடையிடையே மடைகளும், வளைகளும் இருக்கும். உயிரைக் கொடுத்து தண்ணீர் கொண்டு வருகிறான் ஆனால் அது வளைகள் வழியாக வெளியே போய் விடுகிறது. ஆசைகள் தான் வளைகள். ஜபம், தவம் எல்லாம்

செய்கிறாய் உண்மைதான் ஆனால் ஆசைகளாகிய வளைகள் வழியாக எல்லாம் விரயமாகி விடுகிறது. மனம் சிதறி கிடக்கிறது. ஒரு பகுதி டாக்காவிற்கு போ யிருக்கிறது. ஒரு பகுதி டெல்லிக்கு. மற்றொரு பகுதி கூச் பிகாருக்கு. இந்த மனத்தை திரட்ட வேண்டும். திரட்டி ஓரிடத்தில் குவிக்க வேண்டும். பதினாறு அணா விலையுள்ள துணி வேண்டுமென்றால் துணிகாரனுக்கு பதினாறு அணாவையும் கொடுக்க வேண்டும் அல்லவா? சிறிது தடை இருந்தாலும் யோகம் வாய்க்க வழி இல்லை. டெலிகிராப் கம்பியில் சிறிது பிளவு இருந்தாலும் செய்தி போகாது.

மனித மனம் ஏன் இறைவனை நாடுவதில்லை? இறைவனை விட அவரது மகாமாயைக்கு வலிமை அதிகம். 'ஜட்ஜ்ஜை' விட அவரது சேவகனுக்கு வலிமை அதிகம். உலகை மயக்கும் இந்த மாயையில் அனைவரும் மயங்கி விடுகின்றனர். இறைவனும் உடல் தாங்கி அவதரிக்கிறார். அப்போது அவரும் இந்த மாயையில் மயங்கி விடுகிறார். ராமர் சீதைக்காக அழுது புலம்பி அலைந்து திரிந்தார். பஞ்சபூதங்களின் வலையில் சிக்கி பிரம்மம் அழுகிறது. ஆனால் ஒன்று, நினைத்த மாத்திரத்தி லேயே இந்த மாயையில் இருந்து தன்னை விடு வித்துக் கொள்ள இறைவனால் மட்டுமே முடியும்."

★★★

உ. நம்பிக்கையின் வலிமை

இறைநம்பிக்கை இருந்தால்
கொடிய பாவத்திலிருந்தும் விடுபட முடியும்!!!

பக்தர் ஒருவர் தங்களைப் போன்ற இல்லறத்தார் கடைத்தேற வழியே இல்லையா? என்று கேட்டதற்கு குருதேவர் கருணையோடு சொன்னார், "நிச்சயமாக இருக்கிறது. அவ்வப்போது சத்சங்கம் வேண்டும். அவ்வப்போது தனிமையில் வாழ்ந்து இறைவனை

சிந்திக்க வேண்டும். அதோடு ஆராய்ச்சி செய்ய வேண்டும். 'எனக்கு பக்தியும் நம்பிக்கையும் கொடு!' என்று ஆண்டவனிடம் பிரார்த்தனை செய்ய வேண்டும். நம்பிக்கை ஏற்பட்டு விட்டால் எல்லாமே ஆகிவிட்டது. நம்பிக்கையை தவிர வேறு எதுவும் வேண்டியது இல்லை.

நம்பிக்கை எவ்வளவு வலிமை வாய்ந்தது என்பதை கேள்விப்பட்டதில்லையா? புராணத்தில் இவ்வாறு சொல்லப்பட்டிருக்கிறது. பூரண பிரம்மமும் சாட்சாத் நாராயணனுமான ஸ்ரீ ராமர் இலங்கைக்குப் போக பாலம் கட்ட வேண்டி இருந்தது. ஆனால் அனுமனோ 'ராம' நாமத்தில் வைத்த நம்பிக்கையால் ஒரே தாவலில் கடலை தாண்டி விட்டார். அவருக்கு பாலம் தேவைப்படவில்லை.

ஒருவனுக்கு கடலை கடந்து செல்ல வேண்டி யிருந்தது. விபீஷணர் ஓர் இலையில் 'ராம' நாமத்தை எழுதி அதை அவனது ஆடையின் ஒரு முனையில் முடிந்தார். பிறகு அவனிடம், "பயப்படாதே நம்பிக்கை யோடு தண்ணீரின் மேல் நட. ஆனால் ஒன்று நம்பிக்கை இழந்தாயானால் அந்தக் கணமே நீரில் மூழ்கி விடுவாய்!" என்று கூறினார். அந்த மனிதனும் கடலின் மீது எளிதாக நடந்து சென்று கொண்டிருந்தான். அப்போது துணியின் முனையில் முடிந்திருப்பது என்னவென்று பார்க்க அவனுக்கு மிகுந்த ஆவல் உண்டாயிற்று. முடிச்சை அவிழ்த்துப்

பார்த்தால் அங்கே ‘ராம’ நாமம் எழுதப்பட்டிருந்தது. “இது என்ன வெறும் ராமநாமம் தானே எழுதி இருக்கிறது?” என்று நினைத்தான். சந்தேகம் வந்தது. மறுகணமே கடலில் மூழ்கி விட்டான்.

இறை நம்பிக்கை உள்ளவன் எத்தகைய பாவச் செயல்களை செய்திருந்தாலும், இறைவன் மீது கொண்ட மாறாத நம்பிக்கையின் வலிமை யினால் பாவத்திலிருந்து விடுபட முடியும். “இனி இத்தகைய கொடிய செயல்களை செய்ய மாட்டேன்” என்று அவன் உறுதியாக இறைவனிடம் பிரார்த்தித்து அதன்படி வாழ்ந்தால் போதும் எதற்கும் பயப்பட வேண்டியதில்லை.”

★★★

3. இறையாணை பெற்றவர் மட்டுமே போதிக்கலாம்

குருடனால் குருடனுக்கு வழிகாட்ட முடியாது!!!
இறையாணை இருந்தால் மட்டுமே
உலகிற்கு போதிக்கலாம்!!!

குருதேவர் ஸ்ரீ ராமகிருஷ்ணர் சொன்னார், “நகரத்துவாசிகளின் ஆரம்ப சூரத்தனம் உங்களுக்கு தெரிந்தது தானே? அடுப்பில் நெருப்பு எரியும் வரை பால் கொதித்து பொங்கும். நெருப்பை எடுத்து விட்டால், எல்லாமே அடங்கிப் போகும், இதுபோன்றது தான் மக்களின் சூரத்தனமும். தண்ணீர் வேண்டும் என்று இதோ இங்கே கிணறு தோண்டுவார்கள். பாறை தட்டுப்பட்டால் விட்டு விடுவார்கள். வேறொரு இடத்தில் தோண்டுவார்கள். அங்கே மணல் தட்டுப்படும். அங்கே விட்டுவிட்டு மற்றொரு இடத்திற்கு சென்று மீண்டும் ஆரம்பிப்பார்கள். இப்படியே போய்க் கொண்டிருக்கும்.

இறையாணை கிடைத்துவிட்டதாக வெறுமனே நினைத்துக் கொள்வதால் எதுவும் நடக்காது. அவர் உண்மையிலேயே நமக்கு தரிசனம் தருகிறார். நம்மோடு பேசுகிறார் அப்போது ஆணை கிடைக்கலாம். ஆணை பெற்றவனுடைய பேச்சின் சக்தி எப்படிப்பட்டது தெரியுமா? அது மலைகளைப் புரட்டவல்லது. வெறும் லெக்சர்! அதை நான்கு நாட்கள் மக்கள் கேட்பார்கள். பிறகு மறந்து விடுவார்கள். அதை பின்பற்றி நடக்க மாட்டார்கள்.

‘காமார்புகூரில்’ ‘ஹல்தார்புகூர்’ என்று ஒரு குளம் இருக்கிறது. அதன் கரையில் தினமும் மக்கள் காலையில் வெளிக்குப் போவார்கள். காலையில் குளிக்க வருவோர் அவர்களை கண்டபடி திட்டி

விட்டுப் போவார்கள். மறுநாளும் இதே கதை தான். அசுத்தம் செய்வது நின்றபாடில்லை. கடைசியில் ஊர் மக்கள் கம்பெனியில் (பிரிட்டிஷ் ஈஸ்ட் இந்தியா கம்பெனி) தெரிவித்தனர். அவர்கள் ஒரு காவல்காரனை அனுப்பி வைத்தனர். அவன் வந்து, 'இங்கு யாரும் அசுத்தம் செய்யக் கூடாது' என்று எழுதப்பட்ட காகிதத்தை ஒட்டினான். அவ்வளவுதான் எல்லாம் நின்று விட்டது. மக்களுக்கு போதிப்பதற்கு இறைவனுடைய அதிகார முத்திரை வேண்டும். இல்லாவிட்டால் போதனை கேலிக்கூத்தாகிவிடும். தனக்கே இல்லை, இதில் அடுத்தவனுக்கு கொடுக்கிறானாம். குருடன் குருடனுக்கு வழி காட்டிய கதை தான். விளைவு விபரீதம். இறை தரிசனம் பெற்றவனுக்கு அகக் காட்சி உண்டாகிறது. யாருக்கு என்ன நோய் என்பதை அவனால் புரிந்து கொள்ள முடியும். அப்போது அவன் உபதேசிக்கலாம். ஆணை பெறாவிட்டால், 'நான் உலகிற்கு உபதேசிக்கிறேன்' என்ற ஆணவம் வந்துவிடுகிறது. ஆணவம் வருவது அறியாமை காரணமாக. அறியாமை காரணமாகவே, 'நான் கர்த்தா' என்ற எண்ணம் வருகிறது. இறைவனே கர்த்தா. அவர்தான் எல்லாவற்றையும் செய்பவர்.

'நான் எதையும் செய்யவில்லை' என்ற உணர்வு ஏற்படுமானால் அவன் ஜீவன் முக்தன். நானே செய்பவன் என்ற நினைப்பில் இருந்து தான் எல்லா துன்பங்களும், அமைதியின்மையும்

வருகின்றன. உலகிற்கு நல்லது செய்ய வேண்டும் என்று நீங்கள் சொல்கிறீர்கள். உலகம் அவ்வளவு சிறியதா என்ன? உலகத்திற்கு உதவ நீங்கள் யார்? சாதனைகள் செய்து இறைவனை அறியுங்கள். அவரைப் பெறுங்கள். அவர் ஆற்றலை தந்தால் தான் எல்லோருக்கும் உதவி செய்ய முடியும். இல்லாவிட்டால் துளியளவும் முடியாது."

★★★

4. உள்ளத் தூய்மை வேண்டும்

தூசி படிந்த கண்ணாடியில்
முகம் பார்க்க முடியாது!!!

தூய மனத்தால் மட்டுமே
இறைவனது காட்சியை பெற முடியும்!!!

குருதேவர் ஸ்ரீ ராமகிருஷ்ணர் சொன்னார், “பக்தி தான் சாரம். பகவானின் நாமத்தையும் புகழையும் எப்போதும் பாடிக்கொண்டே இருந்தால் பக்தி உண்டாகும். என்னுடைய மதம் தான் சரியானது. மற்றவர்களுடைய மதங்கள் எல்லாம் தவறானவை என்று நினைப்பது சரியல்ல. எல்லா பாதைகள் வழியாகவும் அவரை அடைய முடியும். ஆழ்ந்த மன ஏக்கம் இருந்தால் போதும். எண்ணற்ற பாதைகள், எண்ணற்ற மதங்கள்.

இதோ பார்! இறைவனை காண முடியும். அவர் மனம் வாக்குகளுக்கு எட்டாதவர் என்று வேதங்கள் கூறுகின்றன. அதாவது அவர் உலகியலில் மூழ்கிய மனத்திற்கு புலப்படாதவர். தூய மனம், தூய புத்தி இவற்றால் அவரை அடைய முடியும். சாதுசங்கம், பிரார்த்தனை, குருவின் உபதேசம் முதலியவை அவசியமானவை. அப்போதுதான் மனம் தூய்மை பெறும். பிறகு இறைவனின் காட்சி கிடைக்கும். அழுக்கு தண்ணீரில் படிகாரத்தை இட்டால் தண்ணீர் தெளிகிறது. அதன் பிறகு அதில் முகம் பார்க்க முடியும். தூசி படிந்த கண்ணாடியில் முகம் பார்க்க முடியாது. மனம் தூய்மை பெற்ற பிறகு பக்தி ஏற்படுமானால் இறைவனின் அருளால் அவரை காண முடியும். காட்சிக்குப் பிறகு அவரது ஆணை கிடைக்குமானால், மக்களுக்கு உபதேசம் செய்யலாம். அதற்கு முன்பு லெக்சர் செய்வது நல்லதல்ல.

முன்னொரு காலத்தில் ஒரு கிராமத்தில் பத்ம லோசனன் என்ற இளைஞன் ஒருவன் இருந்தான். கிராமத்தார்கள் அவனை 'பொடோ' என்று பேரிட்டு அழைப்பது வழக்கம். அந்த கிராமத்தில் பாழடைந்த கோவில் ஒன்றிருந்தது. அதனுள் பூஜா விக்ரகம் இல்லை. கோவில் முழுவதும் புல், பூண்டுகள் நிறைந்து பட்சிகளுக்கும் வௌவால்களுக்கும் வாசஸ்தலமாக இருந்தது. ஒரு நாள் மாலை திடீரென்று அந்த பாழடைந்த கோவிலில் இருந்து மணியோசையும் சங்கத்வனியும் வருவதை மக்கள் கேட்டு, பக்தர் ஒருவர் புதிதாக விக்கிரக பிரதிஷ்டை செய்து ஆராதனை செய்கிறார் என்று எண்ணி ஆண்கள், பெண்கள், குழந்தைகள் அனைவரும் ஆவலுடன் கூப்பிய கரங்களுடன் உள்ளிருந்து வரும் ஆராதனை சப்தத்தை கேட்டுக்கொண்டு மூர்த்தியை தரிசிக்க ஆவல் உடையவர்களாய் நின்றனர். அப்படி நின்றவர்களுள் ஒருவன் மற்றவரை காட்டிலும் அதிக ஆவல் உடையவனாகி கதவுகளின் இடுக்கு வழியாக கோவிலுக்கு உள்ளே நோக்கினான்.

மணியை அடித்து சங்கநாதம் செய்தவன் 'பொடோ' என்பதை அவன் தெரிந்து கொண்டதும் அவனுக்கு உண்டான ஆச்சரியத்திற்கு அளவில்லை. கோவில் தரை பழையபடியே அசுத்தமாக இருந்தது. ஆராதனை மூர்த்தியும் இல்லை. "அடே 'பொடோ' உள்ளே விக்ரகம் இல்லை. கோவிலை கூட்டி பெருக்கி சுத்தமாக்கவும் நீ முயற்சிக்கவில்லை. இரவும் பகலும்

11 வெளவால்கள் கூச்சலிடுகின்றன. அடே சங்கை ஊதி இப்படி நீ ஆரவாரம் செய்ததெல்லாம் வீணாயிற்றே" என்று அவன் சொன்னான்.

அதேபோல உனது உள்ளமாகிய கோவிலில் ஈஸ்வரனுடைய திவ்ய விக்கிரகத்தை பிரதிஷ்டை செய்ய நீ விரும்புவாயானால், அதாவது ஈஸ்வரனை நீ தெரிந்து கொள்ள பிரியப்படுவாயானால் வீணாக சங்கை மட்டும் முழக்குவதில் என்ன பிரயோஜனம்? முதலில் உன் உள்ளத்தை தூய்மையாக்கி கொள். அது தூய்மை அடைந்தால் ஈஸ்வரன் தானே அங்கு வந்து வசிப்பான். அசுத்தமான இடத்தில் ஈஸ்வர விக்கிரகத்தை பிரதிஷ்டை செய்ய முடியாது. மேல் சொன்ன 11 வெளவால்களும் 11 இந்திரியங்களை குறிக்கின்றன (ஞானேந்திரியம் 5, கர்மேந்திரியம் 5, மனம் ஒன்று). முதன்முதலில் உன்னுள்ளேயே மூழ்கி மணிகளை பெறுவாயாக. அப்பால் மற்றதை பெறலாம். முதலில் உன் இருதயத்தில் மாதவனை பிரதிஷ்டை செய்து கொள். அப்பால் பிரசங்கம், பிரச்சாரம் இரண்டையும் வேண்டியமட்டில் நீ கைக் கொள்ளக்கூடும். இதய கோயிலை முதலில் தூய்மைப்படுத்த வேண்டும். இறைவனுடைய திருவுருவை கொண்டு வரவேண்டும். பூஜைக்கான ஏற்பாடுகளை செய்ய வேண்டும். இந்த ஏற்பாடுகளை செய்யாமல் வெறுமனே சங்கை ஊதி ஆர்ப்பாட்டம் செய்வதில் என்ன பயன்?"

★★★

5. குருவின் அருள்

முயற்சி திருவினையாக்கும்!!!

தீவிரசாதனையின் பலன்கள் நிச்சயம்

ஒரு நாள் நம்மை வந்து அடைந்தே தீரும்!!!

குருதேவர் ஸ்ரீ ராமகிருஷ்ணர் சொன்னார், “மீனவன் ஒருவன் ஒருநாள் இரவு நேரத்தில் ஒரு தோட்டத்தில் உள்ள குளத்தில் திருட்டுத்தனமாக மீன்பிடிப்பதற்காக வலை வீசி இருந்தான். அந்தத் தோட்ட சொந்தக்காரனுக்கு இது எப்படியோ தெரிந்து விட்டது. உடனே தன் ஆட்களுடன் நான்கு பக்கங்களிலும் சுற்றி வளைத்துக் கொண்டான். எல்லோரும் கையில் தீப்பந்தங்களுடன் திருடனை தேட ஆரம்பித்தார்கள்.

இதற்குள் மீனவன் தன் உடம்பில் சாம்பலை பூசிக்கொண்டு ஒரு மரத்தடியில் சாதுவை போல் உட்கார்ந்துவிட்டான்! திருடனைத் தேட வந்த ஆட்கள் இங்கு மங்கும் நன்றாக தேடிப் பார்த்தனர். மீனவன் யாரையும் அவர்களால் கண்டுபிடிக்க முடியவில்லை. ஆனால் திருநீறணிந்து மரத்தடியில் தியானம் செய்து கொண்டிருந்த ஒரு சாதுவை பார்த்தனர். ஒரு பெரிய மகான் அந்தத் தோட்டத்திற்கு வந்திருக்கிறார் என்ற செய்தி மறுநாள் காலையில் ஊர் முழுவதும் பரவியது.

ஏராளமான மக்கள் மலர்கள், பழங்கள், இனிப்பு வகைகள் முதலியவற்றை காணிக்கையாக எடுத்துக்கொண்டு சாதுவைக் காண வந்தனர். சாதுவின் முன்னால் பணம் குவிய ஆரம்பித்தது. அந்த மீனவனோ, ‘இது என்ன விந்தை! நான் உண்மையான சதுவல்ல, என்றாலும் மக்கள் என் மீது எவ்வளவு பக்தி செலுத்துகிறார்கள்! உண்மையாகவே சாதுவாகிவிட்டால் நிச்சயமாக நான் பகவானை அடைவேன். இதில் எந்தவித சந்தேகமும் இல்லை’

என்று எண்ணத் தொடங்கினான். கபடத்தனமான முயற்சிக்கே இவ்வளவு விழிப்புணர்வு ஏற்பட்டது. உண்மையாகவே சாதனைகள் செய்தால் எவ்வளவு பயன் விளையும் என்பதை சொல்லவும் வேண்டுமா? அப்போது எது உண்மை, எது உண்மை அற்றது என்பதை அறிய முடியும். இறைவனே உண்மை, உலக வாழ்வு நிலையற்றது."

அப்போது பக்தர் ஒருவர் தனக்குள் நினைக்கலானார்: "அப்படியானால் உலக வாழ்வு நிலையற்றதா? மீனவன் உலக வாழ்க்கையை துறந்துவிட்டான். ஆனால் உலக வாழ்க்கையில் இருப்பவர்களின் கதி என்ன? அவர்களும் துறந்து விட வேண்டியதுதானா?" எவ்வித காரணமுமின்றி பக்தர்களுக்கு அருள் புரியக்கூடிய கருணைக்கடலான குருதேவர் பக்தர் அப்படி நினைத்த மறுகணமே கூறினார், "ஒரு குமஸ்தாவை ஜெயிலில் அடைத்தால் அவன் கைதியாகத்தான் வாழ்வான். அதில் சந்தேகம் இல்லை. அவனை வெளியே விட்டுவிட்டால், உடனே நடுத்தெருவிற்கு வந்து 'தை தை' என்று குதித்துக் கொண்டா திரிவான்? இல்லையே! மீண்டும் குமாஸ்தா வேலை தேடிக் கொள்வான், அந்த வேலை செய்வான். குருவின் அருளால் ஞானம் பெற்ற பிறகும், ஒருவன் ஜீவன்முக்தனாக உலக வாழ்க்கையில் ஈடுபட முடியும்." இவ்விதம் குருதேவர் ஸ்ரீ ராமகிருஷ்ண பரமஹம்சர் இல்லறத்தார்களுக்கு அபயம் அளித்தார்.

★★★

6. குருவே துணை

குருவானவர் தான் நம்மை நமக்கு
அறிமுகப்படுத்தி வைக்கிறார்!!!

நமது பிறவி லட்சியத்தை நாம் உணர செய்கிறார்!!!

தகுந்த குரு கிடைத்துவிட்டால் பிறகு
எந்த பயமும் இல்லை!!!

குருதேவர் ஸ்ரீ ராமகிருஷ்ணர் சொன்னார், “மக்கள் எல்லோரும் பார்ப்பதற்கு ஒரே விதமாகத்தான் இருக்கிறார்கள். ஆனால் சிலருள் மட்டுமே திரட்டுப்பால் இருக்கிறது. கொழுக்கட்டையில் உள்ளே உளுத்தம் பருப்பும் இருக்கலாம் அல்லது திரட்டு பாலும் இருக்கலாம். ஆனால் எல்லாமே பார்க்க ஒரேமாதிரியாகத்தான் இருக்கும். இறைவனை அறிவதற்கான ஆவல், அவரிடம் பிரேம பக்தி இதுதான் அந்த திரட்டுப்பால்.

சிலர் எனக்கு, ‘ஞானமோ, பக்தியோ கிடையாது’ என்று தான் தோன்றுகிறது, நான் கட்டுண்டவன்’ என்று நினைக்கிறார்கள். ஆனால் குருவின் அருள் கிடைக்குமானால் எதற்கும் பயப்படத் தேவை யில்லை. குருவின் அருள் கிடைத்துவிட்டால் பிறகு எவ்வித பயமும் இல்லை. நீ யார்?, உனது உண்மை இயல்பு என்ன? என்பதை அவர் உனக்கு காட்டுவார்.

கருவுற்ற பெண் புலி ஒன்று ஒரு ஆட்டு மந்தையை தாக்கியது. பாய்ந்த வேகத்தில் அங்கேயே குட்டியை ஈன்று விட்டு இறந்தது. அந்த புலிக்குட்டி ஆடுகளுடனேயே வளர்ந்தது. ஆடுகள் புல்லை தின்றன. புலிக்குட்டியும் புல்லை தின்றது. ஆடுகள் ‘மே மே’ என்று கத்தின. புலிக்குட்டியும் ‘மே மே’ என்று கத்தியது. மெல்ல மெல்ல புலிக்குட்டி வளர்ந்து பெரிய புலியாக ஆயிற்று.

ஒருநாள் இன்னொரு புலி அந்த ஆட்டு மந்தையை தாக்க வந்தது. அங்கு புல் மேய்ந்து

கொண்டிருந்த புலியை கண்டு பிரமித்துவிட்டது. ஓடி சென்று அதை பிடித்தது. உடனே அந்த ஆட்டுப்புலி 'மே மே' என்ற கத்த ஆரம்பித்தது. அதைப்பற்றி இழுத்துக் கொண்டு குளத்து நீரின் அருகில் சென்று, 'இதோ இந்த நீரில் உன் முகத்தை பார்! என் முகத்தைப் போலவே உள்ளதை கவனி. இதோ சிறிது இறைச்சி இதை தின்று பார்' என்றது. இவ்வாறு சொல்லிக் கொண்டே ஆட்டுப்புலியின் வாய்க்குள் இறைச்சி துண்டை திணித்தது. ஆனால் ஆட்டுப்புலியோ அதை திண்ணாமல் 'மே மே' என்று கத்தியது. மெல்ல மெல்ல ரத்தத்தின் ருசி கண்ட பிறகு இறைச்சியை தின்ன ஆரம்பித்தது. அப்போது காட்டுப்புலி ஆட்டுப்புலியிடம், 'இப்போது தெரிந்து கொண்டாயா? நான் எதுவோ அதுவே தான் நீயும். உனக்கும், எனக்கும் எந்தவிதமான வேறுபாடும் இல்லை. இப்போது வா என்னுடன். காட்டிற்கு வந்துவிடு' என்று கூறியது.

ஆகவே குருவின் அருள் கிடைத்து விட்டால் பிறகு எந்தவித பயமும் இல்லை. நீ யார்? உனது உண்மை இயல்பு என்ன? என்பதை அவர் உனக்கு காட்டுவார். ஒரு சிறிது சாதனைகள் செய்தால் போதும் குரு ஒவ்வொன்றையும் அவனுக்கு புரிய வைப்பார். எது உண்மை, எது உண்மை அற்றது என்பதை அப்போது சீடன் அறிந்து கொள்கிறான். இறைவன்தான் உண்மை. இந்த உலகம் நிலையற்றது."

★★★

7. சச்சிதானந்த குரு

பக்குவப்பட்ட குரு கிடைக்காதவரை
சீடனின் அகங்காரம் மறைவதில்லை!!!

குருதேவர் ஸ்ரீ ராமகிருஷ்ணர் சொன்னார், "மனிதனின் அகங்காரம் தான் மாயை. இந்த அகங்காரமே எல்லாவற்றையும் திரையிட்டு வைத்திருக்கிறது. 'நான்' இறந்தால் தொந்தரவு

தீர்ந்தது. எதையும் செய்பவன் 'நான்' அல்ல என்ற உணர்வு இறையருளால் ஏற்படுமானால் அவன் ஜீவன் முக்தன் ஆகி விடுகிறான். பிறகு அவனுக்கு பயம் இல்லை. இந்த மாயை அதாவது 'நான்' என்பது மேகம் போன்றது. ஒரு சிறு மேகத்தின் காரணமாக நம்மால் சூரியனை பார்க்க முடிவதில்லை. மேகம் விலகினால் பார்க்க முடிகிறது. குருவின் அருளால் ஒரு முறை இந்த 'நான்' விலகிவிடுமானால் இறைக்காட்சி கிடைக்கிறது.

சாட்சாத் இறைவனான ராமர் இரண்டு அடி தூரத்தில் தான் இருக்கிறார். சீதை என்ற மாயை நடுவில் இருப்பதால் லட்சுமணனாகிய ஜீவனுக்கு அந்த இறைவனை பார்க்க முடியவில்லை. இதோ பாருங்கள். இந்த சிறு துணியால் என் முகத்திற்கு முன்னால் திரையிடுகிறேன். இப்போது உங்களால் என்னை பார்க்க முடியவில்லை. ஆனால் நான் வெகு அருகில் தான் இருக்கிறேன். இவ்வாறு தான் இறைவன் எல்லோரையும் விட நமக்கு மிக அருகில் இருக்கிறார். இருந்தாலும் இந்த மாயையாகிய திரை இருப்பதால் அவரைப் பார்க்க முடிவதில்லை. மனிதன் சச்சிதானந்த இயல்பினன். ஆனால் மாயை அல்லது அகங்காரத்தினால் பல்வேறு தளைகள் ஏற்பட்டு விட்டன. இதனால் அவன் தன் உண்மையான இயல்பை மறந்து விட்டான். உலக பந்தத்திலிருந்து ஒரு மனிதனை விடுவிக்க மற்றொரு மனிதனுக்கு

என்ன சக்தி இருக்கிறது? உலகை மயக்குவதான இந்த மாயை யாருடையதோ அவர்தான் இந்த மாயையில் இருந்து விடுவிக்க முடியும்.

சச்சிதானந்த குருவை தவிர வேறு கதி இல்லை. யார் இறையனுபூதி பெறவில்லையோ, யாருக்கு அவருடைய ஆணை கிடைக்கவில்லையோ, யார் அவருடைய சக்தியால் சக்தி வாய்ந்தவராக ஆகவில்லையோ அவரால் மக்களை எப்படி சம்சார பந்தத்திலிருந்து விடுவிக்க முடியும்?

ஒரு நாள் நான் பஞ்சவடி வழியாக சவுக்கு தோப்பிற்கு இயற்கை கடனை கழிக்க போய்க் கொண்டிருந்தேன். அப்பொழுது ஒரு தவளை உரக்க கத்துவதை கேட்டேன். பாம்பு அதனைப் பிடித்துக் கொண்டது என்பது தெரிந்தது. நீண்ட நேரத்திற்குப் பிறகு திரும்பி வந்தேன். அப்போதும் தவளை கத்திக் கொண்டிருந்தது. என்ன நடக்கிறது என்று எட்டிப் பார்த்தேன். ஒரு தண்ணீர் பாம்பு தவளையை கவ்விக் கொண்டிருந்தது. அதனால் தவளையை விடவும் முடியவில்லை, விழுங்கவும் முடியவில்லை; தவளையின் வேதனையும் குறைந்த பாடில்லை.

அப்போது நினைத்துக் கொண்டேன், அப்பப்பா! ஒரு நல்ல பாம்பு மட்டும் பிடித்திருந்தால் மூன்று குரலில் இந்த தவளையின் சத்தம் அடங்கி போயிருக்கும். பிடித்தது தண்ணீர்பாம்பு ஆயிற்றே.

அதனால் தான் பாம்புக்கும் சோதனை, தவளைக்கும் வேதனை. சற்குரு வாய்ப்பாரானால் சீடரின் அகங்காரம் மூன்று குரலிலேயே அடங்கிவிடும். பக்குவப்படாத குருவாக இருந்தால் குருவுக்கும் வேதனை, சீடனுக்கும் வேதனை. சீடனுடைய அகங்காரம் மறைவதும் இல்லை, சம்சாரத் தளை அறுபடுவதும் இல்லை. பக்குவப்படாத குருவிடம் அகப்பட்டு கொண்டால் சீடன் முக்தனாக மாட்டான்."

★★★

8. பழக்க வாசனையின் பரம சக்தி

ஆசா பாசங்களில் சிக்கித்தவிக்கும் மக்களுக்கு
ஆன்மீக உபதேசமானது எட்டி காயாகத்தான் கசக்கும்!!!
பழக்க வாசனையின் பரம சக்தி அது!!!

குருதேவர் ஸ்ரீ ராமகிருஷ்ணர் சொன்னார், "ஒரு ஊரில் சாயங்கால சந்தை ஒன்று கூடியது. சில செம்படவப் பெண்கள் தான் கொண்டு வந்த மீனை அங்கு விற்றுவிட்டு வீட்டிற்கு திரும்பிக் கொண்டிருந்தனர். அச்சமயம் வானம் இருட்டிக்கொண்டு மழை கொட்டோ கொட்டென்று கொட்ட தொடங்கியது. பாவம் அவர்கள் என்ன செய்வார்கள்?

பக்கத்தில் அவர்கள் அறிந்திருந்த பூ வியாபாரம் செய்யும் பெண்ணின் குடிசைக்கு சென்று அன்றிரவு அங்கு தங்குவதற்கு அனுமதி கேட்டார்கள். அவளும் இவர்கள் மீது இரக்கம் கொண்டு தனது வீட்டின் ஒரு அறையை காட்டி அங்கே தங்கிக் கொள்ளுமாறு மனமுவந்து அனுமதி கொடுத்தாள். அவர்கள் மிகவும் மகிழ்ச்சியுடன் அதனை ஏற்று அவ்வறைக்குள் சென்றனர். அந்த அறை கமகமவென்று நறுமணம் வீசியதை கண்டு நாலா பக்கமும் பார்த்தார்கள். ஒரு மூலையில் சில பூக்கூடைகள் வைக்கப்பட்டிருந்தன அவை வாடிக்கையாக கொடுக்கும் சிலருக்கு மறுநாள் காலையில் கொடுப்பதற்காகவே அங்கு வைக்கப்பட்டன. ஆனால் மீன்வாசனையோடு பழகியவர்களுக்கு நறுமணம் வீசும் வாசனை எப்படி பிடிக்கும்?

இரவு வெகு நேரமாகியும் அவர்கள் யாருக்குமே தூக்கம் வரவில்லை. நறுமண மலர்களின் வாசம்

அவர்களின் தூக்கத்தை கெடுத்தது. அவர்களுள் ஒரு புத்திசாலி பெண் மற்றவர்களைப் பார்த்து ஒரு யுக்தி சொன்னாள், “நமக்கு தூக்கமோ வருவதாக இல்லை! இந்த பூக்கூடைகளை எடுத்து வேறு இடத்தில் வைக்கவும் முடியாது!! ஒன்று செய்யலாம் நம்மிடத்திலுள்ள மீன் கூடைகளை கொஞ்சம் தண்ணீரில் நனைத்து வைத்தால் மீன் வாசனையில் கொஞ்சம் தூக்கம் வர வாய்ப்பு இருக்கிறது!!!” என்றாள். யாவரும் அந்த யோசனையை ஏற்று அப்படியே செய்தனர். உடனே எல்லா பெண்களும் குறட்டை விட்டு தூங்கி விட்டனர். பழக்க வாசனையின் பரம சக்தி இப்படிப்பட்டது தான். உலகப்பற்று மிகுந்து, ஆசா பாசங்களில் சிக்கித் தவிக்கும் மக்களுக்கு ஆன்மீக உபதேசமானது எட்டி காயாகத்தான் கசக்கும்.”

★★★

9. முயற்சி வேண்டும்

ஒன்றை விட்டால்தான் மற்றொன்றை பெற முடியும்!!!
சுயநலத்தை விட்டால் தான் இறைவனை பெற முடியும்!!!

குருதேவர் ஸ்ரீ ராமகிருஷ்ண பரமஹம்சர் எப்பொழுதும் இறையானந்தத்தில் (பாவ சமாதி) மூழ்கி இருப்பது வழக்கம். பக்தர்களின் நலன்

கருதி சில சமயங்களில் மட்டும் அவர் இந்த உலக நிலைக்கு (நித்தியத்திலிருந்து லீலைக்கு) இறங்கி வந்து உபதேசிப்பதை வழக்கமாக்கிக் கொண்டிருந்தார். அப்படி ஒரு நாள் தட்சிணேஸ்வர காளி கோவிலில் குருதேவர் ஸ்ரீ ராமகிருஷ்ண பரமஹம்சர் தமது அறையில் பக்தர்களுடன் உரையாடிக் கொண்டிருந்தபோது அங்கே அமர்ந்திருந்த பண்டிதர் ஒருவர் குருதேவரிடம், "ஐயா நீங்கள் கடவுளை பார்த்திருப்பதாக பலரும் கூற கேட்டிருக்கிறேன். நீங்கள் இறைவனை நேரடியாக பார்த்தது உண்மைதானா?" என வினவினார்.

அதற்கு குருதேவரானவர் புன்முறுவலுடன் கூறினார், "அப்பா நான் இறைவனை நேரடியாக தரிசித்தது பற்றி சொல்ல என்ன இருக்கிறது? இறைவனைக் காண தீவிர வைராக்கியத்துடன் கூடிய மன ஏக்கம் உனக்கு ஏற்படுமானால் மட்டுமே உனக்கு அது நன்மை செய்யும்." பண்டிதர் விடவில்லை தொடர்ந்து, "நீங்கள் இறைவனை நேரடியாக தரிசித்து இருக்கிறீர்கள் என்பதை நான் எப்படி நம்புவது? நீங்கள் உண்மையிலேயே இறைவனை கண்டிருந்தால், எனக்கும் அவரை காட்டுங்கள் பார்ப்போம்" என தனது வாதத்தை தொடங்கினார். கருணாமூர்த்தியான குருதேவரும், "அப்பா இதையெல்லாம் நீ ஏன் நம்ப வேண்டும்? நம்மையெல்லாம் வழிநடத்தி செல்லும் இறைவன்

ஒருவன் இருக்கிறார் என்பதில் நம்பிக்கை இருந்தால் மட்டுமே போதுமானது. அதன் அடிப்படையில் மேற்கொண்டு முயற்சி செய்தால் நீயும் கட்டாயம் இறைவனை காணலாம்" என்று கூறி ஆசீர்வதித்தார். பண்டிதருக்கோ குருதேவரின் பதில் திருப்தி அளிப்பதாக இல்லை. அவர் புலம்பிக்கொண்டே அவ்விடத்தை விட்டு அகன்றார்.

பண்டிதர் சென்ற பிறகு குருதேவர் கூறினார், "கடவுளைப் பற்றி யாராவது சொன்னால் மக்கள் நம்புவதில்லை. 'நான் இறைவனை தரிசித்து இருக்கிறேன்' என்று மகான் சொன்னால் கூட சாதாரண மக்கள் ஏற்றுக் கொள்வதில்லை. 'இவர் உண்மையில் பகவானை தரிசித்தவராக இருந்தால், எங்களுக்கும் காட்டட்டுமே!' என்று அவர்கள் நினைக்கிறார்கள். ஆனால் நாடிப் பிடித்துப் பார்ப்பதை ஒரே நாளில் கற்றுக் கொள்ள முடியுமா? வைத்தியருடன் பல நாள் அலைய வேண்டும். அப்போதுதான் எது கப நாடி, எது வாயு நாடி, எது பித்த நாடி என்று தெரிந்து கொள்ள முடியும். நாடி பார்ப்பதைத் தொழிலாக கொண்டிருப்பவர்களுடன் சேர்ந்து பழக வேண்டும்.

உலக மக்களின் இறைநாட்டம் உள்ளீடற்றவை என்பதை பார்க்கிறீர்கள் அல்லவா? இவர் எதுவும் செய்ய மாட்டாராம். நான் சென்று பழத்தை பறித்து வருவது மட்டுமல்லாமல், அதை உரித்தும் வாயில் வைக்க வேண்டுமாம். அம்மா காளி!

ஏன் இத்தகைய மனிதர்களை எல்லாம் இங்கே அனுப்பி வைத்து இவ்வளவு தொந்தரவுகளுக்கு ஆளாக்குகிறாய்? இங்கே பாருங்கள். எனது வலது கையின் மேல் இடது கையை வைத்திருக்கிறேன். இடது கையை விலக்கினால் மட்டுமே வலது கையை நாம் உபயோகிக்க முடியும். அதுபோலத்தான் உலக ஆசையை விட்டு விலகினால் மட்டுமே இறையானந்தத்தை நாம் அனுபவிக்க முடியும்."

★★★

10. பாசவலை

உலகில் யாரும் யாருக்கும் சொந்தமில்லை!!!
அனைவருக்குமான ஒரே சொந்தம் இறைவன் மட்டுமே!!!

குருதேவர் ஸ்ரீ ராமகிருஷ்ணர் சொன்னார், "ஒரு ஊரில் குடும்ப பாரத்தை சுமக்க முடியாமல் தவித்துக்கொண்டிருந்த குடியானவன் ஒருவன் சன்னியாசி ஒருவரை சந்தித்து ஆன்மீக விஷயங்கள் குறித்து பேசிக் கொண்டிருந்தான்.

கடைசியாக சன்னியாசி அவனை நோக்கி, “பாரப்பா இவ்வுலகத்தில் ஒவ்வொருவரும் சுயநல சிந்தை உடையவர்களே. யாரும் யாருக்காகவும் உண்மையில் அக்கறை கொள்ளவும் தங்களது விருப்பங்களை விட்டுக் கொடுக்க தயாராகவும் இருப்பதில்லை” என்றார். குடியானவனுக்கோ இதில் நம்பிக்கை உண்டாகவில்லை. இரவும் பகலும் அவனுடைய குடும்பத்தாருக்காக அவன் வருந்தி பாடுபடவில்லையா? அப்படி யாருக்காக பாடுபடுகிறானோ அவர்கள் அவனுக்கு துணை செய்ய மாட்டார்களா? ஆகவே அவன் சன்னியாசியை பார்த்து, “சுவாமி எனக்கு சற்று தலைவலி உண்டானாலும் எனக்காக உயிரைக்கூட விடக்கூடிய என் தாயார் பெரிதும் வருந்துகிறாள். அப்படிப்பட்டவள் எனக்கு துணையாக மாட்டாள் என்பதை நான் நம்பவில்லை” என்றான்.

சன்னியாசியானவர், “அப்பா நீ சொல்வது உண்மையானால் அவள் உனது உபகாரி தான். ஆனால் உண்மையை சொல்லுமிடத்தில் உனது அபிப்பிராயம் தவறு என்றே சொல்லுவேன். உனது தாய், மனைவி, மக்கள் இவர்கள் உனக்காக ஒருபோதும் தங்களுடைய உயிரை விட மாட்டார்கள் என்பதை நம்பு. வேண்டுமானால் இதை நீ சோதிக்கலாம். வீட்டுக்கு போனதும் உனக்கு பொறுக்க முடியாத வயிற்று வலி இருப்பதாக சொல்லி ஓலமிடு. நான் வந்து வேடிக்கை காட்டுகிறேன்” என்றார்.

குடியானவனும் அப்படியே செய்தான். வைத்தியர்கள் பலர் வந்தனர். ஆயினும் அவனது நோய்க்கு குணம் ஏற்படவில்லை. நோயாளியின் தாயார் பெருமூச்சு விட்ட வண்ணமாகவே இருந்தாள். அவனுடைய மனைவி மக்கள் கண்ணீர் விட்டு அழுது கொண்டிருந்தனர். அத்தருணத்தில் மேற்கூறிய சன்னியாசி உள்ளே நுழைந்தார். நோயாளியை பார்த்துவிட்டு அவர், "இந்த வியாதி வெகு கடுமையானது. இதற்கு சிகிச்சை ஒன்றும் இல்லை. ஆனால் யாராவது ஒருவர் இவனுக்கு பதிலாக இந்த வயிற்று வலியை ஏற்றுக் கொள்வதாக இருந்தால், இந்த வலியை உடனடியாக அவனிடமிருந்து நீக்க முடியும்" என்றார்.

இதைக் கேட்டதும் எல்லோரும் திடுக்கிட்டு போயினர். சன்னியாசி நோயாளியின் தாயாரை பார்த்து, "அம்மா உன் தள்ளாத வயதில் உங்களை எல்லாம் காப்பாற்றுகிற மகனை இழக்கும்படி நேருமானால் நீ இருப்பதும் இறப்பதும் ஒன்றுதான். உன் மகனுக்காக இந்த வேதனையை ஏற்றுக் கொண்டு நீ உன் உயிரை விட துணிவாயானால் நான் உன் மகனை காப்பாற்றக்கூடும். தாயாகிய நீயே இந்த உபகாரம் செய்யாமல் போனால் வேறு யார் செய்வார்?" என்றார். கண்ணும் கண்ணீருமாய் நின்று கொண்டிருந்த கிழவி தழுதழுத்த குரலில், "சுவாமி எனது மகனுக்காக தாங்கள் சொல்வதை எல்லாம் செய்ய தயாராக இருக்கிறேன். என் மகன் உயிரைக் காட்டிலும் என் உயிர் மேலானதா? ஆயினும் என்

மற்ற குழந்தைகளின் கதி என்னவாகும்? என்பதுதான் என்னை வருத்துகிறது. இவர்கள் எனக்கு குறுக்காக இருந்து தடுக்கிறார்கள்” என்றாள். இவர்கள் பேசிக் கொண்டிருப்பதை கேட்டுக் கொண்டிருந்த நோயாளியின் மனைவி பிரமாதமாக அழுது தனது பெற்றோர்களை அழைத்து, “ஐயோ உங்களுக்காக அல்லவா நான் இப்பொழுது உயிரை விட முடியாதவளாக இருக்கிறேன்” என்று புலம்பினாள்.

சன்னியாசி அவளைப் பார்த்து அம்மா, “உனது மாமியார் உன் புருஷனுக்காக உயிரை விட துணியவில்லை. நீயாவது துணிவாயா?” என்று கேட்டார். “ஐயோ நான் கொடிய பாவி! என் கணவருக்காக உயிர் தியாகம் செய்ய நான் தயாராக இருந்தாலும் என் பெற்றோர்கள் மற்றும் குழந்தைகளின் நிலை என்னவாகும் என்று யோசிக்கிறேன்!!” என்றாள். இவ்விதம் ஒவ்வொருவராக அனைவருமே சன்னியாசியின் இந்த யோசனையை மறுத்துவிட்டனர். சன்னியாசி நோயாளியை பார்த்து, “பார்த்தாயா? ஒருவராவது உனக்காக தமது உயிரை விட துணியவில்லை. உலகத்தில் ஒருவரை ஒருவர் சார்ந்து இருப்பதில்லை என்று நான் சொன்னதை இப்போதாவது தெரிந்து கொண்டாயா?” என்றார். அதையெல்லாம் கண்ட குடியானவன் வீட்டை விட்டுவிட்டு சன்னியாசியை தொடர்ந்து சென்றான்.”

★★★

11. பாவத்தின் சம்பளம்

எண்ணம்போல் எல்லாம் அமையும்!!! நாம் விழித்துக் கொண்டு நம் குறைகளை காணும் போது மட்டுமே நமக்கு நன்மை ஏற்படும்!!!

குருதேவர் ஸ்ரீ ராமகிருஷ்ணர் சொன்னார், “சன்னியாசி ஒருவர் ஒரு கோவிலுக்கு பக்கத்தில் வசித்து வந்தார். அவருடைய இருப்பிடத்திற்கு எதிரில் ஒரு தாசியின் வீடு இருந்தது. அவளது வீட்டில் சதா

சர்வ காலமும் புருஷர்கள் கூடியிருப்பதை கண்ட அந்த சன்னியாசி ஒருநாள் அவளை கூப்பிட்டு, “நீ பெரும் பாவியாகிவிட்டாய். இரவும் பகலும் நீ பாவம் செய்து கொண்டே இருக்கிறாய். உன் கதி என்னவாகும்?” என்று கண்டித்தார். தான் செய்த பாவத்தொழிலுக்கு பெரிதும் வருந்திய அவள், வெகுவாக வருத்தப்பட்டு தன்னை மன்னித்தருள வேண்டும் என்று உள்ளன்போடு ஈஸ்வரனை நோக்கி பிரார்த்தித்தாள். வயிற்று பிழைப்புக்காக சரீரத்தை விற்றபோதிலும் அவள் உள்ளம் குழைந்து மன்னிப்பு வேண்டி தினமும் ஈஸ்வர துதி செய்வது வழக்கம். சன்னியாசியோ தான் சொன்னதை தாசி கேட்கவில்லை என்று எண்ணி இவளுடைய ஆயுட்காலத்துக்குள் எத்தனை பேர் இவளிடம் வருகிறார்கள் என்பதை பார்க்க வேண்டும் என்று நிச்சயித்துக் கொண்டு அன்று முதல் அவளை கவனிப்பதிலேயே கருத்தாய் இருந்தார். யாரேனும் ஒருவர் அவளது வீட்டுக்குள் நுழைந்தால், உடனே அந்த சன்னியாசி ஒரு கூழாங்கல்லை எடுத்துப் போட்டு எண்ணிக் கொள்வார். இப்படி போட்ட கற்கள் பெரும் குவியலாக குவிந்தன.

ஒரு நாள் அந்த சன்னியாசி இந்த கற்குவியலை அவளுக்கு காட்டி, “பெண்ணே இந்த குவியலை பார்த்தாயா? நான் எந்த காரியத்தை செய்ய வேண்டாம் என்று சொன்னேனோ அந்த காரியத்தை நீ எத்தனை தரம் செய்திருக்கிறாய் என்பதை இந்த குவியலில் உள்ள கற்கள் ஒவ்வொன்றும் தெரிவிக்கும். இன்னும்

சொல்கிறேன், வீணாக கெட்டுப் போகாதே!" என்றார். தனது பாவக் குவியலை கண்ட தாசிக்கு நடுக்கம் உண்டாயிற்று. ஆகவே அவள் கண்ணும், கண்ணீருமாய் உள்ளம் வருந்தி, "ஈஸ்வரா, இந்த தீய செய்கையை இனி நான் செய்யாவண்ணம் என் உயிரை கொண்டு போக மாட்டாயா?" என்று பிரார்த்தித்தாள். அந்தப் பிரார்த்தனையின் படியே அவள் உயிரை எமன் அன்று இரவே கொண்டு போனான். ஈஸ்வரனுடைய இச்சையை என்னவென்று சொல்வது? அதே நாளில் அந்த சன்னியாசியும் இறந்து போனார். வைகுண்டத்தில் இருந்து விஷ்ணு தூதர்கள் வந்து அந்த தாசியின் உயிரை சொர்க்கத்திற்கு கொண்டு போக, எமதூதர்கள் வந்து நரகத்துக்கு கொண்டு போவதற்காக அந்த சன்னியாசியின் உயிரை கட்டிப்பிடித்தனர்.

தாசியின் நற்கதியை நோக்கிய சன்னியாசி, "இதுதான் ஈஸ்வரனுடைய நீதியா? ஆயுள் முழுவதும் தவம் செய்த என்னை நரகத்துக்கும், தினந்தோறும் பாவம் செய்த தாசியை மோட்சத்திற்கும் கொண்டு போவது நியாயமா?" என்று கேட்டார். விஷ்ணு தூதர்கள் இதைக்கேட்டு, "ஈஸ்வரனுடைய தீர்ப்பு எப்போதும் நியாயமானதாகவே இருக்கும். நீ எதை நினைக்கிறாயோ அதையே அனுபவிப்பாய். கௌரவத்தையும், புகழையும் பெற வேண்டி நீ வீண் படாடோபத்துடன் காலம் கழித்தாய். உனது மனம் ஒருபோதும் அந்தரங்கத்துடன் அவனை நாடினது

இல்லை. மேலும் அடுத்தவரது பாவக்கணக்கை மட்டுமே சரிபார்த்துக் கொண்டு உன்னை கவனிக்க தவறி விட்டாய். இந்த தாசியோ சரீரத்தால் பாவம் செய்தாள் என்றாலும் இரவும் பகலும் மனமார ஈஸ்வரனை துதித்து வந்தாள். பூலோகத்தில் உன் சரீரமும் அவளது சரீரமும் அடையும் மரியாதையை பார். நீ சரீரத்தால் பாவம் செய்ததில்லை. ஆகவே, உனது சரீரத்தை புஷ்பங்களால் அலங்கரித்து ஆற்றில் விடுவதற்காக மேளதாளத்துடன் ஊர்வலமாக எடுத்து போகின்றனர். பாவம் செய்த இந்த தாசியின் உடலை இத்தருணத்தில் நாயும் நரியும் பிடுங்கி தின்கின்றன. என்றாலும் அவள் சுத்தமான மனமுடையவளாதலால், சொர்க்கத்துக்கு போகிறாள். உன் மனம் எப்போதும் அவளுடைய பாவ செயல்களை பற்றி சிந்தித்திருந்தபடியால் அசுத்தம் ஆயிற்று. ஆதலால் நீ தான் உண்மையில் பாவத்திற்கான சம்பளத்தை பெற வேண்டி இருக்கிறது! அவள் அல்ல!!" என்று பதில் கூறினர்."

★★★

12. மன ஏக்கம்

இறைவனை தஞ்சம் அடைந்தவன் அதிர்ஷ்டசாலி!!! அவனுக்கு இறையருளால் வாழ்க்கையில் எல்லாம் அனுகூலமாகி விடுகிறது!!!

குருதேவர் ஸ்ரீ ராமகிருஷ்ணர் சொன்னார், “வாழ்க்கையில் என்ன இன்பத்தை தான் நீ அனுபவித்து விடுவாய்? காமினீ காஞ்சன இன்பமா? அது கணநேர இன்பம் தானே! இதோ இருக்கிறது

மறு வினாடி இல்லை. மேகமூட்டத்துடன் மழை பொழிகின்றது. அந்த வேளையில் சூரியனையும் பார்க்க முடியாது. உலகில் துன்பம் தான் அதிகமாக உள்ளது. காமினீ காஞ்சன மேகங்கள் சூரியனையும் பார்க்க விடுவதில்லை. என்னிடம் சிலர் சுவாமி இறைவன் ஏன் இப்படிப்பட்ட உலகைப் படைத்தார்? எங்களுக்கு எந்த வழியுமே இல்லையா? என்று கேட்கின்றனர். நான் சொல்கிறேன் ஏன் வழி இல்லை? அவரிடம் தஞ்சம் புகுந்து விடு. காற்று அனுகூலமாக வீசுவதற்காக, நல்ல காலம் பிறப்பதற்காக, மனஏக்கத்துடன் அவரிடம் பிரார்த்தனை செய். மன ஏக்கத்துடன் அழைத்தால் அவர் கட்டாயமாக கேட்பார்.

ஒருவனுடைய குழந்தை இறக்கும் தருவாயில் இருந்தது. பரிதவித்து போய் இவனையும், அவனையும் அனுகி உபாயம் கேட்டு அலைந்தான் அவன். அதற்கு ஒருவன் கூறினான், “நான் சொல்வதை செய்ய முடியுமானால் எல்லாம் சரியாகிவிடும். சுவாதி நட்சத்திரம் உச்சத்தில் இருக்க வேண்டும். அப்போது மழை பெய்ய வேண்டும். அது ஒரு மனித மண்டை ஓட்டில் விழ வேண்டும். ஒரு தவளை அந்த நீரை பருக அங்கு வரவேண்டும். அதை ஒரு பாம்பு துரத்தி வரவேண்டும். பாம்பு தவளையை கொத்த முயலும் போது தவளை குதித்து தப்ப வேண்டும். அப்போது பாம்பின் விஷம் அந்த மண்டை ஓட்டில்

விழ வேண்டும். அந்த விஷ நீரை நோயாளிக்கு சிறிது கொடுக்க வேண்டும்."

தந்தையும் பதைப்பதைக்கின்ற மனத்துடன் இவற்றை சேகரிப்பதற்காக சுவாதி நட்சத்திரம் உச்சத்தில் இருந்தபோது புறப்பட்டான். அந்த வேலையில் மழை பெய்ய ஆரம்பித்தது. உடனே மனம் உருகிப் போய், "எம்பெருமானே ஒரு மண்டையோடு கிடைக்க அருள் செய்" என்று வேண்டினான். தேடித்தேடி போனபோது ஒரு மண்டை ஓட்டையும் அதனுள் சுவாதி நட்சத்திரத்தில் பெய்த மழை நீரையும் கண்டான். உடனே மீண்டும் இறைவனை பிரார்த்தித்தான். "அருள்புரிவாய் பிரபோ. தவளையையும், பாம்பையும் வருமாறு செய்." அவனது ஏக்கத்திற்கு ஏற்ப மற்றவையும் வந்து சேர்ந்தன. பார்த்துக்கொண்டே இருக்கும் போது ஒரு பாம்பு தவளையை துரத்தி வந்தது. தவளையை கொத்த சென்ற பாம்பின் விஷம் மண்டை ஓட்டில் விழுந்தது. இறைவனிடம் தஞ்சம் புகுந்து மன ஏக்கத்துடன் அவரை கூவி அழைத்தால், அவர் கட்டாயமாக நம் குரலை கேட்பார். எல்லாவற்றையும் நமக்கு அனுகூலமாக்கித் தருவார்."

★★★

13. மன திருப்தியே மன மகிழ்ச்சி

மன திருப்தியே மகிழ்ச்சிக்கான மூலதனம்!!!

குருதேவர் ஸ்ரீ ராமகிருஷ்ணர் சொன்னார், "அரசன் ஒருவனிடம் முடிதிருத்தும் நாவிதனாக ஒருவன் வேலை பார்த்து வந்தான். ஒரு நாள் யட்சன் வாழ்ந்து வந்த மரத்தின் கீழ் அவன் செல்ல நேர்ந்தபோது,

“உனக்கு ஏழு ஜாடி தங்கம் வேண்டுமா?” என்ற ஒரு குரலை கேட்டான். திரும்பிப் பார்த்த அவனுக்கு ஒருவரும் கண்ணுக்கு புலப்படவில்லை. என்றாலும் ஏழு ஜாடி தங்கம் என்றதனால் பேராசை கொண்ட அந்த நாவிதன், “எனக்கு வேண்டும்!” என்று பதில் சொன்னான். “நீ வீட்டுக்கு போ, நான் ஜாடிகளை அங்கு கொண்டு போய் வைத்து விட்டேன்” என்ற பதிலை கேட்டு உடனே வீட்டை நோக்கி ஓடினான். உள்ளே நுழைந்ததும் அவன் முன்னர் ஏழு ஜாடிகள் இருக்க கண்டான். அவைகளை திறந்து பார்க்க, ஆறு ஜாடிகளில் தங்கம் நிறைந்தும். ஏழாவது ஜாடியில் தங்கம் பாதியளவுமாக இருக்க கண்டான். குறைவாக இருக்கும் இந்த ஜாடியையும் நிரப்பி விட வேண்டும் என்ற ஆசை அவனுக்கு உண்டாயிற்று. இல்லாவிட்டால் அவனுக்கு முழு திருப்தி ஏற்படாது என்று தோன்றியது.

ஆகவே தன்னிடமிருந்த பொன், வெள்ளி நகைகளை எல்லாம் விற்று பொண்ணாக்கி அந்த ஜாடியில் போட்டான். என்றாலும் அந்த மாயஜாடி முன் போலவே அரைகுறையாக இருந்தது. பிறகு அவன் தன்னையும், குடும்பத்தையும் பட்டினி போட்டு சம்பாதிக்கும் பணத்தை எல்லாம் ஜாடி யிலேயே போட்டான். அப்படி செய்தும் ஜாடி நிறையவில்லை. அப்பால் அவன் தான் வேலை பார்த்து வந்த அரசனிடம் சென்று, தன் சம்பளம் குடும்பத் தேவைகளுக்கு போதவில்லை என்று

கூறி அதை இரு மடங்காக அதிகமாக்கும்படி வேண்டிக் கொண்டான். அரசனுக்கு இவனிடம் தயவு இருந்தபடியால், அவன் கோரிய வண்ணம் சம்பளத்தை உயர்த்தி கொடுத்தான். நாவிதன் அந்த அதிகமான சம்பளத்தையும் செலவு செய்யாமல் ஜாடியில் பொற்காசுகளாக போட்டு வந்தான். அப்போதும் ஜாடி பூர்த்தியாகவில்லை. பிறகு அவன் வேலையில்லாத காலத்தில், பிச்சை எடுத்து அதனால் கிடைத்த பொருளையும் பொண்ணாக்கி ஜாடியில் போட்டான். என்றாலும் மாயஜாடி நிரம்பவில்லை. இப்படி அனேக மாதங்கள் கழிந்தன. நாவிதனுடைய நிலைமை மிகவும் பரிதாபகரமாயிற்று.

ஒருநாள் அரசன் அவனது நலிந்த தோற்றத்தைக் கண்டு, “அடே, உனக்கு கிடைக்கிற சம்பளத்தில் பாதி கிடைத்தபோது நீ சந்தோஷமாகவும், திருப்தியாகவும் இருந்தாய். இப்போது அதைவிட இரு மடங்கு சம்பளம் வாங்கிய போதும் நீ ஏன் வாடிய முகத்துடன் கவலையும், விகாரமும் கொண்டவனாக திரிகிறாய்? ஏழு ஜாடி தங்கத்தை வாங்கிக் கொண்டாயோ?” என்று கேட்டான். நாவிதன் ஆச்சரியப்பட்டு, “மகாராஜாவே, சன்னிதானத்திற்கு இந்த சங்கதியை யார் தெரிவித்தார்கள்?” என்றான். அதற்கு அரசன், “எவனிடம் யட்சனுடைய செல்வம் வந்து இருக்கிறதோ, அவன் இப்படிப்பட்ட நிலைமைக்கு வருவான் என்று தெரியாதா? அவன் இந்த ஏழு ஜாடிகளையும் எனக்கு கொடுப்பதாக சொன்னான். அது வரவு பணமா?

செலவு பணமா? அதாவது, அந்த பணத்தை செலவு செய்ய முடியுமா? அல்லது புதைத்து வைக்க வேண்டியதா? என்று அவனைக் கேட்டேன்.

கேட்டதும் யட்சன் பதில் சொல்லாமல் ஓடிவிட்டான். அந்தப் பணத்தை ஒருவராலும் செலவழிக்க முடியாது என்பதை நீ அறியாயோ? அது இன்னும் சேர்த்து வைக்க வேண்டும் என்ற ஆசையை தான் தரும். உடனே அதை அவனிடமே திருப்பி கொடுத்துவிடு!" என்று அறிவுரை வழங்கினான். உடனே நாவிதனுக்கு புத்தி வந்தது. அவன் யட்சன் வாழும் மரத்தடிக்கு சென்று, "உன் பணத்தை வாங்கிக் கொள்" என்றான். "நல்லது" என்று யட்சன் பதில் சொன்னான். நாவிதன் வீட்டுக்கு திரும்பி வந்ததும் மாயமாய் வந்த ஜாடிகள் ஏழும், மாயமாகவே போய்விட்டதையும், அவைகளுடன் அவன் தன் ஆயுட்காலத்தில் கஷ்டப்பட்டு தேடிய செல்வம் முழுவதும் போய்விட்டதையும் கண்டான். குடும்ப வாழ்வில் ஈடுபட்டுள்ள சிலர் இப்படித்தான். இறைவனால் ஆசீர்வதிக்கப்பட்ட தமது வாழ்வில் மன நிறைவு கொள்ளாமல், அதிகப்படியான ஆசைகளுக்கு அடிமையாகி, தனக்கு கிடைத்ததையும் இழந்து தவிக்கின்றனர்."

★★★

14. அப்பியாச யோகம்

கையில் காசு இருக்கும் போது பொங்கல் வைத்து, திருவிழா எடுத்து சாமி கும்பிட தெரிந்த நமக்கு, கஷ்டப்படும் காலத்தில் கடவுளை நினைக்காததற்கும் அதற்கும் மேலாக ஒரு சிலர் துயரம் பொறுக்க மாட்டாமல் அவரை தூற்றுவதற்கும் என்ன காரணம்?

குருதேவர் ஸ்ரீ ராமகிருஷ்ண பரமஹம்சர் கூறுகிறார், “வீட்டில் கிளி வளர்ப்பார்கள். அதற்கு கற்றுக் கொடுத்தபடி, ‘ராமா’ என்றும் ‘கிருஷ்ணா’ என்றும் அழகாக சொல்லிக் கொண்டிருக்கும். ஆனால் பூனையானது அதை பிடிக்க வரும் போது ‘கீச்’, ‘கீச்’ என்று கத்தி அங்கும் இங்கும் ஓடி பரிதவிக்கும். அதுபோலத்தான் மனிதர்களும். வாழ்க்கையின் அனைத்து கட்டத்திலும் அது இன்பமானாலும் சரி, துன்பமானாலும் சரி இறை சிந்தனையில் இருப்பதற்கு நாம் அனைவரும் நம்மை இளமையிலிருந்தே தயார் படுத்தி கொள்ள வேண்டும். இறைநாமம் மற்றும் மகிமைகளை பாடுவது, ஜெபம், தவம், தியானம், பூஜை முதலிய சாதனைகளை இடைவிடாது கடைபிடிக்க வேண்டும். இதற்கு ‘அப்பியாச யோகம்’ என்று பெயர்.”

★★★

15. பணம் படுத்தும் பாடு

தகுதிக்கு மேல் பணம் சேர்ந்தால்,
மனிதன் நற்குணங்களை இழப்பதோடு
பேராபத்தையும் தேடிக் கொள்கிறான்!!!

ஒருமுறை தட்சிணேஸ்வரத்தில் கங்கை கரையோரமாக ஸ்ரீ ராமகிருஷ்ண பரமஹம்சர் தனது அக்கா மகன் ஹிருதையருடன் நடந்து வரும்போது எதிரே கோயில் பட்டாச்சாரியார் ஒருவர் அவரை சைகை காட்டி அழைத்தார்.

பட்டாச்சாரியார்: "என்ன பூசாரி சௌக்கியமா?"

ஸ்ரீ ராமகிருஷ்ணர் ஹிருதயரிடம் (குருதேவரின் மூத்த சகோதரியின் மகன்): "ஹிருது அங்கே கவனித்தாயா? பட்டாச்சாரியாருக்கு கையில் ஏதோ காசு சேர்ந்திருக்கும் போலிருக்கிறது. அதனால்தான் பேச்சும், நடவடிக்கையும் மாறி இருக்கிறது. என்னை காணும் போதெல்லாம் வணங்கி மரியாதையுடன் பேசுபவர் இன்று எப்படி மாறி இருக்கிறார் பார்த்தாயா? இதுதான் பணம் படுத்தும் பாடு. இந்தக் கதையைக் கேள்!

ஒரு சாலையின் ஓரத்தில் உள்ள பொந்தில் தவளை ஒன்று வாழ்ந்து வந்தது. யாரோ தவற விட்ட காசு ஒன்று உருண்டோடி அந்த பொந்திற்குள் வந்து விழுந்து விட்டது. கையில் காசு கிடைத்ததோ இல்லையோ, அந்தத் தவளைக்கு தலைகால் புரியவில்லை. அந்த சாலை வழியாக நடந்து சென்று கொண்டிருந்த யானை எதேச்சையாக தவளையின் பொந்தை சேதப்படுத்தி விட்டது. வெகுண்டெழுந்த தவளை வெளியே வந்து யானையைப் பார்த்து,

“உனக்கு எவ்வளவு திமிர்? உன்னை என்ன செய்கிறேன் பார்” என்று சொல்லி தன் காலால் யானையை எட்டி உதைக்க முயற்சித்தது. நல்லவேளை இதெல்லாம் அந்த யானையின் கண்களில் படவில்லை. இப்படித்தான் தன் தகுதிக்கு மேல் ஒருவனிடம் பணம் சேர்ந்தால், அவன் தன் நற்குணங்களை இழப்பது மட்டுமல்ல, தனக்கு பேராபத்தையும் தேடி கொள்கிறான்!!!”

★★★

16. முதலீட்டிற்கு ஏற்பவே மதிப்பு

அவரவர் மதிப்பிற்கு தக்கப்படியே
பிற அனைத்தையும் மதிப்பிடுகிறார்கள்!!!

இரண்டு படி அளவுள்ள பாத்திரத்தைக் கொண்டு
ஐந்து படி பாலை அளக்க முடியுமா?

குருதேவர் ஸ்ரீ ராமகிருஷ்ணர் சொன்னார், “எல்லோராலும் அந்த அகண்ட சச்சிதானந்தத்தை புரிந்து கொள்ள முடியுமா? ராமரை 12 ரிஷிகள் மட்டுமே அறிந்து கொள்ள முடிந்தது. எல்லோராலும் புரிந்து கொள்ள முடியவில்லை. சிலர் சாதாரண மனிதன் என்று எண்ணுகின்றனர். சிலர் சாது என்கின்றனர். ஏதோ ஓரிருவர் மட்டுமே அவதார புருஷர் என்று அறிந்து கொள்கின்றனர். அவனவன் முதலீட்டிற்கு ஏற்பவே பொருட்களுக்கு விலையை மதிப்பிடுகிறான்.

பணக்காரன் ஒருவன் வேலைக்காரனிடம், “இதோ இந்த வைரத்தை கடை தெருவிற்கு எடுத்துப் போ! யார், யார் என்னென்ன விலை கொடுப்பார்கள் என்பதை என்னிடம் வந்து சொல். முதலில் கத்திரிக்காய் வியாபாரியிடம் போ” என்றான். அப்படியே வேலையாள் கத்திரிக்காய் வியாபாரியிடம் சென்றான். வியாபாரி அந்த வைரத்தை உருட்டியும், புரட்டியும் பார்த்துவிட்டு, “தம்பி இதற்கு 9 சேர் கத்திரிக்காய் தரலாம்” என்றான். அதைக் கேட்ட வேளையாள், “ஐயா சற்று அதிகம் கொடுங்கள். 10 சேர் கொடுக்கக்கூடாதா?” என்று கேட்டான். அதற்கு கடைக்காரன், “கடை விலையை விட சற்று அதிகமாகவே சொல்லிவிட்டேன். உனக்கு கட்டுப்படியானால் கொடு” என்றான். வேலைக்காரன் சிரித்துவிட்டு, வைரத்தைக் கொண்டு வந்து எஜமானிடம் கொடுத்துவிட்டு, “ஐயா கத்திரிக்காய்

கடைக்காரன் 9 சேர் காய்க்கு மேல் ஒன்று கூட அதிகம் தரமாட்டானாம். கடை விலையை விட அதிகமாகவே தான் சொல்லி இருப்பதாகவும் கூறினான்'' என்றான்.

பணக்காரன் சிரித்துவிட்டு வேலைக்காரனிடம், "போகட்டும் அந்த துணிக்காரனிடம் எடுத்து செல். கத்திரிக்காய் வியாபாரிக்கு கத்திரிக்காய் தான் தெரியுமே தவிர வைரத்தைப் பற்றி அவனுக்கு என்ன தெரியும்? துணி வியாபாரியிடம் பணம் அதிகமாக இருக்கும். அவன் என்ன சொல்கிறான் பார்ப்போம்'' என்றான். வேலைக்காரனும் துணி வியாபாரி யிடம் போய், "ஐயா இந்த வைரத்தை வாங்கிக் கொள்கிறீர்களா? என்ன விலை தருவீர்கள்?'' என்று கேட்டான். துணி வியாபாரி அதை பார்த்துவிட்டு, "இது என்னவோ நன்றாக தான் இருக்கிறது. இதைக் கொண்டு அழகான நகை செய்யலாம். அப்பனே நான் இதற்கு 900 ரூபாய் தருகிறேன்'' என்றான். அதற்கு வேலையாள், "அய்யா சற்று அதிகமாக கொடுங்கள். உங்களுக்கே இதை விற்று விடுகிறேன். ஒரு ஆயிரமாவது தாருங்கள்'' என்றான். அதைக்கேட்ட துணி வியாபாரி, "என்னை வற்புறுத்தாதே. நான் கடை விலையை விட சற்று அதிகமாகவே சொல்லி இருக்கிறேன். 900 ரூபாய்க்கு மேல் ஒரு சல்லி காசு கூட என்னால் கொடுக்க முடியாது'' என்றான். உடனே வைரத்தை பெற்றுக் கொண்டு வேலைக்காரன் செல்வந்தனிடம் திரும்பி வந்தான். சிரித்தபடி,

“அய்யா! துணி வியாபாரி 900 ரூபாய்க்கு மேல் ஒரு ரூபாய் கூட கொடுக்க முடியாது என்று கண்டிப்பாக கூறிவிட்டான். கடை விலையை விட அதிகமாகவே கூறிவிட்டேன் என்றும் சொல்கிறான்” என்றான். அதைக்கேட்ட செல்வந்தன், “சரி இப்போது இதை வைர வியாபாரியிடம் எடுத்துப் போ. அவன் என்ன சொல்கிறான் பார்ப்போம்” என்றான். வேலைக்காரன் வைர வியாபாரியிடம் சென்றான். வைர வியாபாரி அதை பார்த்த உடனேயே, “இதற்கு ஒரு லட்சம் ரூபாய் தருகிறேன்” என்றான்.

இல்லறத்தில் இருந்து கொண்டு, ‘ஆன்மீகம்’, ‘ஆன்மீகம்’ என்று சொல்கிறார்கள். உதாரணமாக ஒருவன் ஓர் அறையில் சிக்கிக் கொண்டான். அறையில் எல்லா பக்கங்களும் மூடப்பட்டிருக்கின்றன. கூரையில் இருந்து ஒரு சிறு துளை வழியாக சிறிது ஒளி உள்ளே வருகிறது. தலைக்கு மேல் கூரை இருப்பதால் சூரியனைப் பார்க்க முடியவில்லை. சிறியதோர் ஒளி கீற்று வருவதால் என்ன பயன்? காமினீகாஞ் சனம் தான் கூரை. கூரையை அகற்றி எரியாவிட்டால், சூரியனை பார்க்க முடியுமா? இல்லறத்தானின் நிலை அறையில் அடைபட்டு இருப்பவனின் நிலையைப் போன்றது.”

★★★

17. சீறு! ஆனால் கடித்து விடாதே!!

தீயவர்களிடமிருந்து நம்மை காத்துக் கொள்ள அவ்வப்போது சீறத்தான் வேண்டியிருக்கிறது. இருந்தாலும் யாரையும் தாக்கி விடாமல் பார்த்துக் கொள்ள வேண்டும்!!!

"குற்றம் பார்க்கின் சுற்றம் இல்லை" என்பது ஆன்றோர் வாக்கு!!! அப்படி என்றால் குற்றமுள்ள சுற்றம் நமக்கு எதற்கு? என்று கேட்கத் தோன்றும்.

ஆனால் விஷயம் அதுவல்ல. இந்த முது மொழியில் கோடிட்டு கவனத்தில் கொள்ள வேண்டியது "குற்றம்" என்ற வார்த்தை அல்ல. மாறாக பிறரிடம் குற்றங்களை தேடும் நம் இயல்பை பற்றி தான் இங்கே நாம் சிந்திக்க வேண்டி உள்ளது. இங்கே திருந்த வேண்டியது மற்றவர்கள் அல்ல. மாறாக நம் ஒவ்வொருவரின் தனிப்பட்ட மனோபாவம் தான். பிறரிடம் குற்றங்களுக்கு பதிலாக சிறந்த குண நலன்களை, உயர்ந்த பண்புகளை மட்டுமே காணும்படிக்கு நம் மனநிலையை நாம் உயர்த்திக்கொண்டால் நம் வாழ்வு சிறக்கும் என்பதை இது நமக்கு உணர்த்துகிறது.

உலக மக்களிடையே நாம் சற்று எச்சரிக்கையாகத் தான் பழக வேண்டி இருக்கிறது இதுகுறித்து குருதேவர் ஸ்ரீ ராமகிருஷ்ண பரமஹம்சர் கூறுவதாவது, "உலகில் வாழ நேரும்போது தீயவர்களிடமிருந்து நம்மை காத்துக் கொள்ள சிறிது தமோ குணத்தை காட்டுவது அவசியம் தான். ஆனால் அவர்கள் தீமை செய்கிறார்கள் என்பதற்காக நாமும் அவர்களுக்கு தீமை செய்யக்கூடாது.

ஒரு சமயம் சில சிறுவர்கள் புல்வெளியில் மாடு மேய்த்துக் கொண்டிருந்தார்கள். அங்கே கொடிய விஷப்பாம்பு ஒன்று வசித்து வந்தது. பாம்பிடம் உள்ள பயத்தால் எல்லோரும் மிகவும் எச்சரிக்கையாக இருந்தார்கள். ஒருநாள் பிரம்மச்சாரி ஒருவர் அந்த புல்வெளி வழியாக சென்றார். மாடு மேய்க்கும்

பிள்ளைகள் அவரிடம் ஓடி சென்று, “சுவாமி அந்த வழியாக போகாதீர்கள்! அந்த பக்கம் ஒரு கொடிய விஷப்பாம்பு இருக்கிறது!” என்று சொன்னார்கள். அதற்கு அந்த பிரம்மச்சாரி, “பிள்ளைகளே அது இருந்து விட்டுப் போகட்டும். அதனிடம் எனக்கு பயமில்லை. எனக்கு மந்திரம் தெரியும்!” என்று சொல்லிவிட்டு தொடர்ந்து நடக்கலானார். பயத்தினால் அந்த சிறுவர்கள் யாரும் அவருடன் செல்லவில்லை. யாரோ வருவதைக் கண்ட பாம்பு, படம் எடுத்தபடி சீறிக்கொண்டு வேகமாக ஓடி வந்தது. பிரம்மச்சாரியை நெருங்கியதும் அவர் ஒரு மந்திரத்தை உச்சரித்தார். அவ்வளவுதான்! சீறிவந்த பாம்பு மண்புழுவை போல் அவரது காலடியில் விழுந்தது.

பிரம்மச்சாரி அதை பார்த்து, “நீ ஏன் இப்படி மனிதர்களை துன்புறுத்திக் கொண்டு இருக்கிறாய்? உனக்கு ஒரு மந்திரம் கற்றுத் தருகிறேன். இந்த மந்திரத்தை நீ ஜெபம் செய்தால் பகவானிடம் உனக்கு பக்தி ஏற்படும். நீ அவரை பெறுவாய். பிறருக்கு தீங்கு செய்யும் இந்த தன்மை போய்விடும்” என்று சொல்லி அந்த பாம்பிற்கு மந்திரத்தை உபதேசம் செய்தார். மந்திர உபதேசம் பெற்ற பாம்பு குருவை வணங்கி, “குருநாதா நான் எவ்வாறு சாதனை செய்ய வேண்டும்?” என்று கேட்டது. அதற்கு குரு, “இந்த மந்திரத்தை ஜெபம் செய். யாருக்கும் தீங்கு செய்யாதே” என்று சொன்னார். பிறகு புறப்படும் போது, “நான் மறுபடியும் வந்து உன்னை பார்க்கிறேன்” என்று

கூறிவிட்டு சென்றார்.சில நாட்கள் கழிந்தன. அந்த பாம்பு யாரையும் கடிக்க வருவதில்லை என்பதை சிறுவர்கள் கண்டுகொண்டனர். கல் எறிந்தாலும் அது ஒன்றும் செய்யவில்லை. மண்புழுவைப் போல் கிடந்தது. ஒருநாள் சிறுவன் ஒருவன் அதன் வாலை பிடித்து தூக்கி சுழற்றி தரையில் அடித்தான். அதன் வாயிலிருந்து ரத்தம் பீறிட்டு, சொரணையற்று விழுந்தது. அதனிடம் அசைவோ, நெளிவோ இல்லை. எனவே அது இறந்து விட்டது என்று எண்ணி சிறுவர்கள் போய்விட்டனர்.

இரவு வெகு நேரம் சென்ற பிறகு பாம்பிற்கு உணர்வு வந்தது. மிகுந்த சிரமத்துடன் மெல்ல மெல்ல நகர்ந்து அது தன் வலைக்குள் சென்றது. அதன் உடம்பெல்லாம் சின்னாபின்னமாகிவிட்டது. அசைய கூட அதனிடம் தெம்பில்லை. நாட்கள் கடந்தன. அது எலும்பும் தோலுமாக ஆகிவிட்டது. பயம் காரணமாக இறைத்தேடி கூட பகல் வேளையில் அது வெளியே வருவதில்லை. எப்போதாவது இரவு வேளையில் மட்டும் வெளியே வந்தது. மந்திர உபதேசம் பெற்ற திலிருந்து அது யாரையும் துன்புறுத்துவதில்லை. மண், இலை, உதிர்ந்த பழங்கள் இவற்றைத் தின்று உயிர் வாழ்ந்தது. இப்படி ஏறக்குறைய ஓராண்டு கழிந்தது.

பிரம்மச்சாரி அந்த வழியாக மறுபடியும் வந்தார். வந்ததும் பாம்பை பற்றி விசாரித்தார். அந்தப்

பாம்பு இறந்துவிட்டதாக சிறுவர்கள் சொன்னார்கள். பிரம்மச்சாரி அதை நம்பவில்லை. தான் உபதேசித்த மந்திரத்தின் பலனை அடையாமல் பாம்பு இறந்திருக்க முடியாது என்று அவருக்கு தெரியும். எனவே இங்கும் அங்கும் தேடியபடி தான் கொடுத்த பெயரை சொல்லி அழைத்தார். குருவின் குரலை கேட்ட பாம்பு வலையில் இருந்து வெளியே வந்து அவரை மிகுந்த பக்தியோடு வணங்கியது. "என்னப்பா எப்படி இருக்கிறாய்?" என்று பிரம்மச்சாரி விசாரித்தார். "சுவாமி சவுக்கியமாக இருக்கிறேன்" என்றது பாம்பு. "ஆனால் ஏன் இவ்வளவு மெலிந்திருக்கிறாய்? என்று கேட்டார் பிரம்மச்சாரி. "குருவே யாருக்கும் தீங்கு செய்யாதே என்று தாங்கள் எனக்கு கட்டளையிட்டு இருந்தீர்கள். அதன்படி இலைகளையும் பழங்களையும் தின்று வாழ்ந்து வருவதால் மெலிந்து விட்டேன் போலும்" என்று பாம்பு கூறியது.

அந்த பாம்பிற்கு சத்வ குணம் அதிகரித்திருந்ததால் அதற்கு யாரிடமும் கோபம் இல்லை. சிறுவர்கள் தன்னை கொல்ல முயன்றதை கூட அது மறந்து விட்டது. "சரியாக சாப்பிடாததால் மட்டுமே உனக்கு இந்த நிலை ஏற்பட்டிருக்க முடியாது. கண்டிப்பாக வேறு ஏதோ காரணம் இருக்க வேண்டும் சற்று யோசித்துப் பார்" என்று பிரம்மச்சாரி கூறினார். சிறுவர்கள் தன்னை தரையில் அடித்தது அப்போதுதான் பாம்பின் நினைவிற்கு வந்தது. "குருநாதா இப்போது என் நினைவுக்கு வருகிறது.

ஒரு நாள் இந்த மாடு மேய்க்கும் சிறுவர்கள் என்னை தரையில் சுழற்றி அடித்தார்கள். அவர்கள் அறியா சிறுவர்கள். என் மனநிலை அவர்களுக்கு தெரியாது. நான் யாரையும் கடிப்பதில்லை. யாருக்கும் எந்தத் தீங்கும் செய்வதில்லை என்பது அவர்களுக்கு எப்படி தெரியும்?" என்று பாம்பு சொல்லிற்று.

இதைக் கேட்டதும் அந்த பிரம்மச்சாரி, "சீச்சீ, நீ இவ்வளவு முட்டாளா? உன்னை காப்பாற்றிக்கொள்ள உனக்கு தெரியாமல் போய்விட்டதே. மற்றவர்களை கடிக்காதே என்று சொன்னேனே தவிர, சீறாதே என்று சொல்லவில்லையே. சீறி அவர்களை ஏன் பயமுறுத்த வில்லை? என்றார். தீயவர்களிடம் சீற வேண்டும். அவர்கள் நமக்கு தீங்கு செய்யாமல் இருப்பதற்காக அவர்களை பயமுறுத்த வேண்டும். ஆனால் அவர்கள் மீது ஒருநாளும் விஷத்தை செலுத்தி விடக்கூடாது. தீமை செய்யக்கூடாது."

★★★

18. ஏட்டு சுரைக்காய் கறிக்கு உதவாது

பொருள் உணர்ந்து பயன் பெற தெரியாத வெறும் ஏட்டு அறிவினால் என்ன பயன் இருக்க முடியும்?

குருதேவர் ஸ்ரீ ராமகிருஷ்ணர் சொன்னார், “வெறும் கல்வியறிவினால் என்ன பயன்? பண்டிதர்கள் நிறைய கேட்கிறார்கள். வேதம், புராணம், தந்திரம் எல்லாம் அவர்களுக்கு நன்றாகத் தெரியவும் செய்யும். ஆனால் வெறும் புலமையினால் என்ன பயன்? விவேக வைராக்கியம் தேவை. விவேக வைராக்கியம் இருந்தால் அவனது வார்த்தைகளை கேட்கலாம். ‘உலகமே சாரம்’ என்று வாழ்பவனின் சொற்களினால் என்ன பயன்? கீதை படித்தால் என்ன கிடைக்கும்? பத்து முறை சொன்னால் என்ன வருமோ அது கிடைக்கும். ‘கீதா’ ‘கீதா’ என்று திரும்பத் திரும்ப கூறினால் ‘தாகீ’ ‘தாகீ’ என்று வரும். காமினீ காஞ்சன பற்றை விட்டவன் யாரோ, இறைவனிடம் முழுமையான பக்தியை கொண்டவன் யாரோ, அவனே கீதையின் ரகசியத்தை அறிந்தவன். கீதை புத்தகம் முழுவதையும் படிக்க வேண்டிய அவசியம் இல்லை. அது கூறுகின்ற தியாகத்தை கடைபிடிக்க முடிந்தால் அதுதான் பெரிய விஷயம்.

ஒரு கதை சொல்கிறேன் கேளுங்கள். ஒரு மன்னன் இருந்தான். அவன் ஒரு பண்டிதரிடம் தினமும் பாகவதம் கேட்டு வந்தான். பாகவதம் படித்து முடிந்ததும் பண்டிதர் அரசனிடம், “மன்னா புரிந்ததா?” என்று தினமும் கேட்பார். மன்னனும், “முதலில் நீங்கள் புரிந்து கொள்ளுங்கள்” என்று

தினமும் விடையளிப்பான். பாகவத பண்டிதர் வீடு திரும்பியதும் அரசன் ஏன் ஒவ்வொரு நாளும் இப்படி சொல்கிறான்? என்று எண்ணுவார். நான் ஒவ்வொரு நாளும் கஷ்டப்பட்டு அவனுக்கு விளக்குகிறேன். அவனும், "நீ முதலில் புரிந்து கொள்" என்று என்னிடம் திரும்பி சொல்கிறானே! இதன் பொருள் என்ன? என்று யோசித்தார். பண்டிதர் சாதனை, தவம் செய்பவர். நாட்கள் கழிந்தன. மன்னனது வார்த்தைகளின் பொருள் அவருக்கு புரியலாயிற்று. இறைவன் மட்டுமே உண்மை. வீடு, மனைவி, பணம், மக்கள், பெயர், புகழ் எதுவும் உண்மையல்ல. உலகம் வெறும் தோற்றமே என்ற உணர்வு உண்டானது. பண்டிதர் உலகை துறந்தார். போகும்போது ஒருவனிடம், "நான் இப்போது புரிந்து கொண்டேன் என்பதை மன்னனிடம் போய் கூறி விடு" என்று சொல்லிச் சென்றார்.

மற்றொரு கதையும் சொல்கிறேன் கேளுங்கள். தினமும் பாகவதம் படித்து விளக்கி சொல்ல ஒருவனுக்கு பாகவதப் பண்டிதர் தேவை இருந்தது. ஆனால் கிடைக்கவில்லை. எவ்வளவோ தேடிய பிறகு ஒருவன் அவனிடம் வந்து, "ஐயா நல்ல பண்டிதர் ஒருவர் கிடைத்துவிட்டார்" என்று சொன்னான். "நல்லது அவரை அழைத்து வா" என்றான் அவன். வந்தவன் அதற்கு, "ஆனால் அதில் சிறிது சிக்கல் உள்ளது.

அந்த பண்டிதரிடம் ஏரும், மாடுகளும் உள்ளன. நாள் முழுவதும் அவற்றை வைத்துக்கொண்டு நிலத்தில் பாடுபட வேண்டியிருக்கிறது. விவசாயத்தை கவனிக்க வேண்டியிருக்கிறது. அவருக்கு ஓய்வு ஒழிச்சல் இல்லை" என்றான். அதைக் கேட்டதும் இவன், "அப்பா ஏரும், கலப்பையும், மாடுகளும் வைத்துக்கொண்டு உலக வாழ்வில் மூழ்கிய பண்டிதர் எனக்கு வேண்டாம். யாருக்கு விவேக வைராக்கியம் உள்ளதோ, யாரால் எனக்கு ஹரி நாமத்தை சொல்லித் தர முடியுமோ அப்படிப்பட்ட பண்டிதரே எனக்கு வேண்டும்" என்றான்."

★★★

19. இறைவன் அன்புக்கு கட்டுப்பட்டவர்

ஞானம் இறைவனிடம் நம்மை அழைத்துச் செல்லும்!!!
ஆனால் பக்தியோ அவரிடம்
நாம் நெருங்கி உறவாட செய்யும்!!!

குருதேவர் ஸ்ரீ ராமகிருஷ்ணர் சொன்னார், “இறைவனே எல்லாம் செய்கிறார். நாம் கருவி மட்டுமே. ஒரு நாள் காளி கோயிலின் அருகே சில சீக்கியர்கள், ‘இறைவன் கருணை வடிவானவர்’ என்று கூறினார்கள். உடனே நான், ‘யார் மீது கருணை?’ என்று கேட்டபோது, ‘ஏன் சுவாமி? நம் மீதுதான்!’ என்றனர். அதைக் கேட்ட நான் அவர்களிடம் நாம் எல்லோரும் இறைவனின் குழந்தைகள். குழந்தைகளிடம் அன்பு காட்டுவது பெரிய விஷயமா? அவர் தன் குழந்தைகளை கவனித்துக் கொள்கிறார். அவர் பார்த்துக் கொள்ளாவிட்டால் பக்கத்து வீட்டுக்காரனா வந்து பார்த்துக் கொள்வான்? என்று கேட்டேன். ‘இறைவன் கருணை வடிவானவர்’ என்று கூறுபவர்கள், நாம் இறைவனுடைய குழந்தைகள்; பிறருடைய குழந்தைகள் அல்ல என்ற உண்மையை அறிவதில்லை. அப்படியானால் இறைவனை, ‘கருணை வடிவானவர்’ என்று சொல்லக்கூடாதா? என்று கேட்டால், சாதனை நிலையில் சொல்லலாம். இறையனுபூதி பெற்ற பிறகு இறைவன் நம்முடைய தந்தை அல்லது தாய் என்று தெளிவான உணர்வு உதிக்கிறது. இறையனுபூதி கிடைக்காத வரை நாமெல்லாம் வெகு தொலைவில் உள்ளவர்கள். நாம் மாற்றான் குழந்தைகள் என்ற எண்ணம் தான் இருக்கும்.

ஒரு நாள் ஹாஸ்ரா நரேந்திரனிடம் (சுவாமி விவேகானந்தர்), ‘இறைவன் எல்லையற்றவர்.

அவரது ஐஸ்வர்யங்களும் எல்லையற்றவை. நீ கொடுக்கும் இனிப்பையும், வாழைப்பழத்தையும் உண்பாரா? அல்லது உன் பாட்டை தான் கேட்பாரா? இவையெல்லாம் உன் மனக்கோளாறு' என்றான். இதைக் கேட்டானோ இல்லையோ நரேந்திரன் இடிந்து போய் உட்கார்ந்து விட்டான். உடனே நான் ஹஸ்ராவிடம், 'போக்கிரி இப்படி சொன்னால் அவர்களின் நிலை என்ன ஆகும்? பக்தி போய்விட்டால் மனிதன் எதைப் பற்றிக் கொண்டு வாழ்வான்?' எல்லையற்ற ஐஸ்வர்யங்கள் இருந்தாலும் இறைவன் பக்தர்களுக்கு வசப்பட்டவர்.

செல்வந்தனின் வேலைக்காரன் எஜமானனின் சபைக்கு வந்து ஒரு மூலையில் நின்று கொண்டிருந்தான். அவன் ஏதோ ஒன்றை துணியில் மறைத்து வைத்தபடி மிகுந்த தயக்கத்துடன் நின்றான். அவனைக் கண்ட எஜமான், 'என்னப்பா கையில் என்ன?' என்று கேட்டான். அந்த வேலைக்காரன் வெட்கத்துடன் ஒரு சீதாப்பழத்தை வெளியில் எடுத்து அதை எஜமானனின் அருகில் வைத்தான். எஜமானன் அதை சாப்பிட வேண்டும் என்பது அவன் விருப்பம். அவனது அன்பை கண்ட எஜமானன் ஆர்வத்துடன் பழத்தை வாங்கிக் கொண்டான். 'ஆகா எவ்வளவு அருமையான சீதாப்பழம்! இவ்வளவு கஷ்டப்பட்டு எங்கிருந்து கொண்டு வந்தாய்?' என்று

கேட்கவும் செய்தான். இறைவனானவர் பக்தர்களுக்கு வசப்படுபவர். அவர் பக்தவத்சலர். துரியோதனன் கிருஷ்ணனை எவ்வளவோ மரியாதையுடன் வரவேற்று உபசரித்து, 'இங்கே சாப்பிட வேண்டும்' என்று கேட்டுக் கொண்டான். ஆனால் அவரோ விதுரரின் குடிசைக்குச் சென்றார். அவர் பக்தவச்சலர். விதுரருடைய கீரை சோற்றை அமுதம் போல் உண்டார்."

★★★

௨0. சித்திகள் பகவானை அடைய உதவுமா?

வெறும் சித்திகளால் இறைவனை பெற முடியாது!!!
பிறவி லட்சியத்தை அடைய முடியாது!!!

குருதேவர் ஸ்ரீ ராமகிருஷ்ணர் சொன்னார், "ஒரு சாதுவிற்கு மகத்தான பல சித்திகள் வாய்த்திருந்தன. அதன் காரணமாக அவர் ஆணவமிக்கவராக

இருந்தார். எனினும் அவர் நல்லவர். தீவிரமான தவம் செய்தவர். ஒருநாள் கடவுள் ஒரு துறவியின் வடிவத்தில் அந்த சாதுவிடம் சென்று, "சுவாமி தாங்கள் பல சித்திகளை பெற்றிருப்பதாக கேள்விப்பட்டேன்" என்று சொன்னார். சாது துறவியை மரியாதையுடன் வரவேற்று அமர செய்தார். அப்போது அந்த வழியாக ஒரு யானை போய்க்கொண்டிருந்தது. அதை கண்ட துறவி சாதுவிடம், "சுவாமி தாங்கள் விரும்பினால் இந்த யானையை கொல்ல முடியும் அல்லவா?" என்று கேட்டார். அதற்கு சாது, "ஓ முடியும்" என்று பதில் அளித்தார். பிறகு சிறிது மண்ணை கையில் எடுத்து யானையின் மீது வீசினார். யானை துடி துடித்து இறந்து வீழ்ந்தது. இதை பார்த்துக் கொண்டிருந்த துறவி, "ஆகா, தங்களுக்கு தான் என்ன சக்தி! என்ன சக்தி! ஒரு யானையையே கொன்று விட்டீர்கள்!" என்று பாராட்டினார். அதைக்கேட்ட சாது பெருமையுடன் சிரித்தார்.

பிறகு துறவி அவரை பார்த்து, "சரி இந்த யானையை மீண்டும் பிழைக்க செய்ய முடியுமா?" என்று கேட்டார். "அதையும் செய்ய முடியும்" என்று பதில் சொல்லிவிட்டு, முன் போலவே சிறிது மண்ணை கையில் எடுத்து யானை மீது வீசினார். மறுகணமே யானை படபடவென எழுந்து நின்றது. இப்போது துறவி அந்த சாதுவிடம், "சுவாமி தங்கள் சக்தி அபாரமானது தான். ஆனால் உங்களை ஒரு கேள்வி மட்டும் கேட்க விரும்புகிறேன். நீங்கள் யானையை

கொன்றீர்கள். பிறகு பிழைக்க செய்தீர்கள். இதனால் உங்களுக்கு கிடைத்த லாபம் என்ன? உங்களுக்கு என்ன நன்மை வந்தது? இதனால் நீங்கள் என்ன பகவானை அடைந்தீர்களா?" என்று கேட்டு மறைந்தார்.

சித்திகள் பெரும் தொந்தரவு பிடித்தவை. தர்மத்தின் போக்கு நுட்பமானது. ஆசை இம்மியளவு இருந்தாலும் கடவுளை பெற முடியாது. ஓர் இழை பிரிந்திருந்தாலும் கூட, நூலை ஊசியில் கோர்க்க முடியாது. 'நண்பா, என்னை நீ அடைய விரும்பினால் எட்டு சித்திகளில் ஒன்று உன்னிடம் இருந்தாலும் கூட உனது விருப்பம் நிறைவேறாது' என்று ஸ்ரீ கிருஷ்ணர் அர்ஜுனனிடம் கூறினார். விஷயம் என்ன தெரியுமா? சித்திகள் இருந்தால் ஆணவம் வருகிறது. மனிதன் இறைவனை மறந்து விடுகிறான்."

★★★

21. கஷ்டங்களுக்கான காரணம்

ஒரு சொட்டு எலுமிச்சை சாறு ஒரு குடம் பாலையே திரித்து விடும்!!! அதுபோல சுயநல மேலீட்டினால் விளையும் ஒரு சின்ன ஆசை கூட நாம் பாதை தவறி லட்சியத்தை அடைய முடியாதபடி செய்து விடும்!!!

குருதேவர் ஸ்ரீ ராமகிருஷ்ணர் சொன்னார், "இதோ பார்! எல்லா கஷ்டங்களும் ஒரு கௌபீனத்

துண்டினால் தான். திருமணம் செய்து கொள்கிறான். பிள்ளை குட்டிகள் பிறக்கின்றன. அவர்களை பராமரிக்க வேலை செய்ய வேண்டி வருகிறது. சாது கௌபீனத்திற்காக கவலைப்படுகிறான். இல்லறத்தான் மனைவிக்காக கவலைப்படுகிறான். போதாக்குறைக்கு வீட்டில் உள்ளவர்களுடன் ஒற்றுமை இல்லை. தனிக்குடித்தனம் வேறு. இந்த கதையைக் கேள்,

சாது ஒருவருக்கு இரண்டு கௌபீனங்கள் சொந்தமாக இருந்தன. ஒரு நாள் அதில் ஒன்றை ஓர் எலி கடித்து விட்டது. அவற்றை எலியிடமிருந்து காக்க அவர் ஒரு பூனையை வளர்த்தார். அந்த பூனைக்கான பாலிற்காக ஒரு பசுவை வளர்க்க நேர்ந்தது. பசுவை கவனித்துக் கொள்ள ஒரு வேலைக்காரனை வைத்தார். படிப்படியாக பசுக்களின் எண்ணிக்கை அதிகரித்தது. அவை மேய்வதற்காக புல்வெளிகளை வாங்கினார். புல்வெளியை பராமரிக்க வேலைக்காரர்கள் பலரை நியமித்தார். இவ்வாறு மெல்ல, மெல்ல அவர் ஒரு குட்டி ஜமீன்தார் போலவே ஆகிவிட்டார். வீட்டையும் ஜமீன் சொத்துக்களையும் நிர்வகிக்க ஒரு பெண்ணின் தேவையை உணர்ந்த அவர், திருமணமும் செய்து கொண்டார். சில காலத்திற்குப் பிறகு அவரது நண்பரான சாது ஒருவர் அந்த வழியாக வர நேர்ந்தது. இவரது நிலைமையை கண்டு அந்த சாது திகைத்துப் போய் இவரிடம் காரணம் கேட்டார். அதற்கு பழைய சாது, ‘எல்லாம் ஒரு கௌபீனத் துண்டினால் வந்த வினை’ என்றார்.”

★★★

22. மனிதன் சுயேட்சையாக இயங்குகிறானா?

இங்கே ஒரு இலை கூட இறைவனின் விருப்பப்படியே அசைகிறது!!! அகங்கார மேலீட்டினால், 'நமக்கு சுயேச்சை உண்டு' என்ற உணர்வு கூட அவர் விருப்பப்படியே நம்முள் இருந்து கொண்டு வேலை செய்கிறது!!!

குருதேவர் ஸ்ரீ ராமகிருஷ்ணர் சொன்னார், “இதோ பாருங்கள், இறைவன் எல்லாம் செய்கிறார். ‘அவரே இயக்குபவர், நான் எந்திரம்.’ ‘அவர் தேரோட்டி, நான் தேர்.’ இந்த நம்பிக்கை யாருக்காவது ஏற்படுமானால் அவன் ஜீவன் முக்தன். அம்மா, உனது வேலையை நீயே செய்கிறாய் தான் செய்வதாக மனிதன் சொல்கிறான்.

இது எப்படி இருக்கிறது தெரியுமா? வேதாந்தத்தில் ஓர் உவமை இருக்கிறது. பாத்திரத்தில் அரிசியை போட்டு அடுப்பின் மீது வைக்கிறார்கள். உருளைக்கிழங்கு, கத்திரிக்காய் எல்லாம் அதில் போடப்பட்டிருக்கின்றன. சிறிது நேரத்தில் உருளைக்கிழங்கு, கத்திரிக்காய், அரிசி எல்லாம் அசைய தொடங்கும். ‘நான் அசைகிறேன்’, ‘நான் குதிக்கிறேன்’ என்று அகங்காரம் கொண்டவை போல் அவை குதிக்க ஆரம்பிக்கும். இவை உயிருள்ளவை அதனால் தான் குதிக்கின்றன என்று குழந்தைகள் நினைக்கின்றன. ஆனால் விபரம் தெரிந்தவர்கள் ‘உருளைக்கிழங்கு, கத்திரிக்காய் எல்லாம் உயிரற்றவை. அவை தானாக இவ்வாறு குதிப்பதில்லை. பாத்திரத்திற்கு அடியில் நெருப்பு இருக்கிறது. அதனால் தான் குதிக்கின்றன. விறகை வெளியே இழுத்து விட்டால், அவை அசையாது’ என்று சொல்லிக் கொடுப்பார்கள். புலன்கள் தாமாகவே செயல் புரிகின்றன என்று மனிதன் நினைக்கிறான். ஆனால் உள்ளே உணர்வுமயமான இறைவன்

இருப்பதை அவன் அறிவதில்லை. 'நான் கர்த்தா' என்ற அகங்காரம் அறியாமையிலிருந்து ஏற்படுகிறது.

இறைவனின் சக்தியால்தான் நாம் சக்தி உடையவர்களாக இருக்கிறோம். எரியும் கட்டையை இழுத்து விட்டால், எல்லா ஆட்டமும் நின்றுவிடும். பொம்மலாட்டக்காரனின் கையில் பொம்மை அழகாக ஆடுகிறது. கையில் இருந்து விழுந்து விட்டால், ஆடுவதும் இல்லை அசைவதும் இல்லை. அனைத்தையும் 'நான்' செய்கிறேன் என்று நீங்கள் நினைக்கிறீர்கள். இந்த 'நான்' என்பதை சற்று தேடிப் பாருங்கள். 'நான்'ஐ தேடி தேடி போனால் கடைசியில் இறைவனே வெளி வருகிறார். 'நான் கருவி அவர் இயக்குபவர்'.

கையில் கடிதமுமாகக் கடைக்கு செல்கின்ற சீன பொம்மையை பற்றி நீங்கள் கேள்விப்பட்டதில்லையா? இறைவன்தான் கர்த்தா. நீங்கள் செய்பவர் அல்ல என்பதை அறிந்து கொண்டு செயலுக்கு பொறுப்பானவர் போல் வேலைகளில் ஈடுபடுங்கள். உபாதி இருக்கும் வரை (ஆன்மாவானது பஞ் சபூதங்களாளான உடலின் கட்டுப்பாட்டிற்குள் உள்ளவரை) அஞ்ஞானம் இருக்கும். 'நான் பண்டிதன்', 'நான் ஞானி', 'நான் பணக்காரன்', 'நான் பிரபலமானவன்', 'நான் கர்த்தா', 'நான் பாபா', 'நான் குரு' இதெல்லாம் அஞ்ஞானத்தில் இருந்து எழுகின்றன. 'நான் கருவி நீ இயக்குபவன்'

இது ஞானம். இந்த நிலையில் எல்லா உபாதிகளும் போய்விடுகின்றன. விறகு எரிவது முடிந்து விட்டால் பிறகு சத்தம் எதுவும் இல்லை. சூடும் இல்லை. எல்லாம் குளிர்ச்சி. சாந்தி! சாந்தி!! சாந்தி!!!

இறைக்காட்சி கிடைக்காத வரை அந்த பரிசமணி தீண்டாத வரை, 'நான் கர்த்தா' என்ற தவறான எண்ணம் இருக்கும். 'நான் நல்ல காரியம் செய்தேன்'. 'கெட்ட காரியம் செய்தேன்'. இவை போன்ற வேறுபாட்டு உணர்வு இருக்கத்தான் செய்யும். இந்த வேறுபாட்டு உணர்வு இறைவனின் மாயை. அவரது மாயா உலகம் தொடர்ந்து நடக்கவே இந்த ஏற்பாடு. அப்படி இல்லாவிட்டால் உலகில் பாவங்கள் அதிகரித்து விடும். பாவத்தை பற்றிய பயம் இல்லாமல் போய்விடும். வித்யா மாயையை சார்ந்து வாழ்ந்தால், நல்வழியை பின்பற்றினால் இறைவனை பெற முடியும். யார் இறை அனுபவத்தை பெறுகிறானோ, இறைக்காட்சி பெறுகிறானோ, அவனால் தான் மாயையை கடந்து போக முடியும்."

★★★

23. பாவத்தில் பங்கு

உலக விவகாரங்களை பொருத்தமட்டில் நமது செயலின் பலனானது, அது தர்ம காரியமாக இருந்தாலும் கூட அதனால் உண்டாகும் கர்ம பலன்கள் இத்தகைய நமது செயல்களால் பலன் அடைபவர்களை பொருத்தும் நம்மை வந்து சேர்கிறது!!!

நீங்கள் தர்ம கைங்கரிய நிமித்தமாக ஒரு மண்டபத்தை கட்டித் தருகிறீர்கள் என்று

வைத்துக் கொள்வோம். அங்கு ஆன்மீக வேள்வி நடத்தப்பட்டாலோ, அன்னதானம் நடத்தப்பட்டாலோ, அதற்குண்டான நற்பலன்கள் உங்களை வந்து சேர்வது போல அங்கே தீய காரியங்கள் நடைபெற்றால் அதற்குண்டான தீய பலன்கள் உங்களையும் வந்து சேரும். அதனால்தான் பெரியவர்கள் ‘பாத்திரம் அறிந்து பிச்சையிட வேண்டும்‘ என்று சொல்லி வைத்தார்கள்.

இது குறித்து குருதேவர் ஸ்ரீ ராமகிருஷ்ண பரமஹம்சர் ஒரு கதை சொல்வதுண்டு. “கசாப்பு கடைக்காரன் ஒருவன் மாமிசத்திற்காக ஒரு மாட்டை இழுத்துச் சென்று கொண்டிருந்தான். மாடு முரண்டு பிடித்து வர மறுத்தது. தொடர்ந்து மாட்டை இழுத்துச் செல்ல முடியாமல் அவன் மிகவும் களைத்து விட்டான். வழியில் தென்பட்ட ஒரு சத்திரத்தில், ஒருவர் தன் முன்னோர்களுக்கான நேர்த்திக் கடனை செலுத்திவிட்டு, அனைவருக்கும் அன்னதானம் வழங்கிக் கொண்டிருந்தார். கசாப்பு கடைக்காரனும் மாட்டை கட்டி வைத்துவிட்டு அந்த உணவை பெற்று சாப்பிட்டு புத்துணர்ச்சி பெற்றான். தொடர்ந்து அந்த மாட்டை தனது பலம் அனைத்தையும் திரட்டி பலவந்தமாக இழுத்துச் சென்று கொன்று விட்டான். பசுவை கொன்ற பாவத்தின் பங்கு உணவளித்தவருக்கும் போய் சேர்ந்தது.”

★★★

24. ஞானியும் பக்தனும்

பக்தன் தான் பக்தி செய்பவரை தன்னைவிட பலவீனராக கொண்டு அவர் மீது முழு அக்கறை கொண்டு முழுமையான ஈடுபாட்டுடன் பெரும் சிரத்தையுடன் தொண்டு செய்வதே பக்தியின் சிறப்பு!!!

குருதேவர் ஸ்ரீ ராமகிருஷ்ணர் சொன்னார், “பகவானிடம் ஆழ்ந்த அன்பு உண்டாகாமல் பிரேம பக்தி ஏற்படாது. மேலும் ‘பகவான் என்னுடையவர்’ என்ற அறிவும் வேண்டும்.

மூன்று நண்பர்கள் காட்டு வழியாக சென்று கொண்டிருந்தார்கள். திடீரென்று ஒரு புலி வந்து விட்டது. அவர்களில் ஒருவன், "சகோதரர்களே, நாம் செத்தோம்!" என்று அலறினான். இரண்டாமவன், "நாம் ஏன் சாகவேண்டும்? வாருங்கள் பகவானிடம் பிரார்த்தனை செய்வோம்" என்று சொன்னான். மூன்றாமவனோ, "வேண்டாம்! பகவானை நாம் ஏன் கஷ்டப்படுத்த வேண்டும்? வாருங்கள் இந்த மரத்தில் ஏறிக் கொள்ளலாம்" என்றான்.

"நாம் செத்தொழிந்தோம்" என்று சொன்னவன் நாத்திகன். அவன் பகவான் இருக்கிறார், அவர் நம்மை காப்பாற்றுவார் என்ற உண்மையை அறியவில்லை. "வாருங்கள் பகவானிடம் பிரார்த்தனை செய்வோம்" என்று சொன்னவன் ஞானி. பகவான் தான் படைத்தல், காத்தல், அழித்தல் முதலானவற்றை செய்பவர் என்ற உணர்வு அவனுக்கு இருந்தது. "பகவானை நாம் ஏன் கஷ்டப்படுத்த வேண்டும்? வாருங்கள் இந்த மரத்தில் ஏறிக்கொள்ளலாம்" என்று சொன்னவன் இருக்கிறானே அவனுடைய உள்ளத்தில் தான் பிரேமை உதித்திருந்தது. அன்பு தோன்றியிருந்தது. தன்னைப் பெரியவனாகவும், தன் அன்புக்கு உரியவனை சிறியவனாகவும் கருதுவது பிரேம பக்தியின் இயல்பு. தான் நேசிப்பவனுக்கு கஷ்டம் கூடாது என்று எச்சரிக்கையுடன் பார்த்துக் கொள்ளும் இயல்பு அது. தான் அன்பு செலுத்துபவனுக்கு காலில் ஒரு முள் கூட தைத்து விடாமல் கவனமாக பார்த்துக் கொள்ள வேண்டும் என்பது அவனது விருப்பம்."

★★★

25. அனைத்தும் அவனே

'எல்லோரிலும் இறைவன் இருக்கின்றான்' என்று சொன்னவன் தான் சிலரிடம் நெருங்கியும், சிலரிடம் விலகியும் வாழ சொல்கிறான்!!! 'எல்லாமே இறைவன்' என்றால் இவன் பேச்சை ஏன் நாம் கேட்கக் கூடாது?

குருதேவர் ஸ்ரீ ராமகிருஷ்ணர் சொன்னார், "கடவுள் எல்லா உயிரிலும் இருக்கிறார். ஆனால் நல்லவர்களுடன் நெருங்கி பழகலாம். கெட்டவர்களை

கண்டால் தூர விலகி நிற்க வேண்டும். புலியிலும் நாராயணன் இருக்கிறார். அதற்காக யாரும் புலியை கட்டித் தழுவி கொள்ள முடியாது. “புலியும் நாராயணன் தானே? அதைக் கண்டு ஏன் ஓட வேண்டும்?” என்று நீங்கள் கேட்கலாம். “புலி வருகிறது ஓடிவிடு!” என்று கூறி எச்சரிக்கிறார்களே அவர்களும் நாராயணன் தானே? அவர்களுடைய வார்த்தைகளை ஏன் கேட்கக் கூடாது? என்பதுதான் என் பதில்.

ஒரு கதை சொல்கிறேன் கேளுங்கள். ஒரு காட்டில் சாது ஒருவர் வாழ்ந்து வந்தார். அவருக்கு பல சீடர்கள். ஒருநாள் அவர் தமது சீடர்களிடம், “கடவுள் எல்லோரிலும் இருக்கிறார். எனவே எல்லோரையும் வணங்குங்கள்!” என்று உபதேசம் செய்தார். ஒருநாள் அந்த சீடர்களில் ஒருவன் ஹோமத்திற்கு விறகு சேகரிக்க காட்டிற்கு சென்றான். அப்போது, “யார் எங்கிருந்தாலும் எல்லோரும் ஓடி விடுங்கள்! ஓடி விடுங்கள்! மதயானை ஒன்று வருகிறது!!” என்று யாரோ உரத்த குரலில் சத்தமிடுவது கேட்டது. எல்லோரும் ஓடினர். ஆனால் சீடன் ஓட வில்லை. ‘யானையும் நாராயணன்’ என்பதுதான் அவனுக்கு தெரியுமே. அவன் ஏன் ஓட வேண்டும்? எனவே அங்கேயே நின்று கொண்டு கை கூப்பிய வண்ணம் நாராயணனை துதி பாடி போற்றத் தொடங்கினான்.

யானைப்பாகன், “ஓடுங்கள்! ஓடுங்கள்!” என்று கத்திக்கொண்டு வந்தான். சீடன் அதை

பொருட்படுத்தவில்லை. நின்ற இடத்திலேயே நின்று கொண்டிருந்தான். கடைசியில் மதயானை துதிக்கையால் அவனை தூக்கி வீசி எறிந்து விட்டு போய்விட்டது. உடல் முழுவதும் காயங்களுடன் சீடன் மூர்ச்சித்து விழுந்தான். இந்த செய்தியை கேட்டு குருவும், மற்ற சீடர்களும் விரைந்து சென்று அவனை ஆசிரமத்திற்கு தூக்கி வந்து சிகிச்சை அளித்தார்கள். சிறிது நேரத்தில் அவனுக்கு நினைவு திரும்பியது.

அப்போது சீடர்களில் ஒருவன் அவனை பார்த்து, "மதயானை வருகிறது என்பதை கேட்டும் நீ ஏன் ஓடவில்லை?" என்று கேட்டான். அதற்கு அந்த சீடன், "நாராயணனே மனிதன் முதலிய எல்லா உயிர்களுமாக இருக்கிறார் என்று அல்லவா குருநாதர் நமக்கு உபதேசித்தார்! ஆகவே 'யானை நாராயணன்' வந்தபோது அந்த இடத்தை விட்டு ஓடாமல் இருந்து விட்டேன்" என்றான். இதை கேட்ட குரு, "மகனே 'யானை நாராயணன்' தான் வந்தான். அது உண்மை. ஆனால் 'யானைப்பாக நாராயணன்' உன்னை எச்சரித்தானே! எல்லோரும் நாராயணன் என்றால் நீ ஏன் அவனது வார்த்தைகளை நம்பவில்லை? யானைப்பாக நாராயணனின் வார்த்தைகளையும் நீ மதித்திருக்க வேண்டும் அல்லவா?" என்று கேட்டார்.

'ஆபோநாராயணா' அதாவது தண்ணீரும் நாராயணன் என்று சாஸ்திரத்தில் சொல்லப்பட்டுள்ளது.

ஆனால் சில தண்ணீரை தான் பூஜைக்கு பயன்படுத்தலாம். சில தண்ணீர் வாய் கொப்பளிக்க, பாத்திரம் கழுவ, துணி துவைக்க மட்டும் தான் உதவும். குடிக்கவோ பூஜைக்கோ பயன்படாது. அதுபோலவே நல்லவன் கெட்டவன், பக்தன் பக்தன் அல்லாதவன் என்று எல்லோரின் இதயத்திலும் நாராயணன் இருப்பது என்னவோ உண்மைதான். ஆனாலும் தீயவர்கள், பக்தர்கள் அல்லாதவர்கள், துஷ்டர்கள் இவர்களோடு எந்தவித உறவும் வைத்துக் கொள்ளக் கூடாது. சிலருடன் வெறும் வாய்ப்பேச்சு மட்டும் வைத்துக் கொள்ளலாம். இன்னும் சிலருடன் அதுவும் கூடாது. இத்தகைய மனிதர்களிடமிருந்து விலகியே வாழ வேண்டும்.”

★★★

26. இல்லறத்தினருக்கு அருளுரை

குருதேவர் ஸ்ரீ ராமகிருஷ்ணர் சொன்னார், “இல்லறத்தினர் சாது சங்கத்தை நாடி, தெய்வ விஷயங்களை கேட்க வேண்டும். இல்லறத்தினர் போதையில் மூழ்கியுள்ளனர். ‘காமினி காஞ்சன’ (lust and greed for money) பித்து பிடித்து கிடக்கின்றனர். கள் குடித்து மயங்கியவனுக்கு காடி தண்ணீரை

சிறிது சிறிதாக குடிக்க கொடுத்தால் போதை படிப்படியாக தெளிந்து விடும். மேலும், சற்குருவிடம் உபதேசம் பெற வேண்டும். சற்குருவிற்கு அடையாளங்கள் இருக்கின்றன. யார் காசியை பார்த்து வந்திருக்கிறானோ அவனிடமிருந்து தான் காசியை பற்றி அறிய வேண்டும். வெறும் பண்டிதனாக மட்டும் இருந்தால் போதாது. உலகம் நிலையற்றது என்ற உணர்வு ஏற்படாத குருவிடம் உபதேசம் பெறுவது நல்லதல்ல. விவேக வைராக்கியம் உள்ள குருவிடம் மட்டுமே உபதேசம் பெற வேண்டும். உலகினர் போதை ஏறியவர்களாகத்தான் இருக்கின்றனர். எல்லாம் நானே செய்கிறேன். வீடு, வாசல், மனைவி, மக்கள் எல்லாம் என்னுடையவை என்றுதான் நினைக்கின்றனர். பல்லை இளித்துக் கொண்டு, ‘நான் இல்லாவிட்டால் என் மனைவி மக்கள் என்ன ஆவார்கள்? எப்படி வாழ்வார்கள்? அவர்களை யார் காப்பாற்றுவார்கள்?’ என்பார்கள்.

ஞானம் இருப்பவனிடம் அஞ்ஞானமும் இருக்கிறது. லட்சுமணன் ராமரிடம், “அண்ணா என்ன விந்தை இது! சாட்சாத் வசிஷ்டர். அவருக்கும் புத்திர சோகமா?” என்றார். அதற்கு ராமர், “தம்பி யாரிடம் ஞானம் இருக்கிறதோ, அவரிடம் அஞ் ஞானமும் இருக்கும். எனவே ஞான அஞ்ஞானங்களை கடந்து செல்” என்றார். எப்படி என்றால் யாருடைய காலிலாவது முள் தைத்து விட்டால், அதை எடுப்பதற்கு மற்றொரு முள்ளை தேடிக்கொண்டு வருகிறான்.

முள்ளை முள்ளால் எடுத்த பிறகு, இரண்டையும் எரிந்து விடுகிறான். அதுபோல் அஞ்ஞானம் முள்ளை எடுக்க ஞான முள்ளை தேடி எடுக்க வேண்டும். பிறகு ஞானம் அஞ்ஞானம் என்ற இரு முட்களையும் எரிந்து விட்டால் கிடைப்பது விஞ்ஞானம். இறைவன் இருக்கிறான் என்பதை உணர்வில் உணர்ந்து அவருடன் மிக நெருங்கி பழகுவதே விஞ்ஞானமாகும்.

இதையே கிருஷ்ணர் அர்ஜூனனுக்கு, 'அர்ஜூனா நீ முக்குணங்களையும் கடந்தவனாக இரு' என்றார். இந்த விஞ்ஞான நிலையை அடைய வித்யா மாயை யிடம் புகலடைய வேண்டும். 'இறைவன் உண்மை; உலகம் உண்மையல்ல' இப்படி ஆராய்ச்சி செய்ய வேண்டும். அதாவது விவேக வைராக்கியம் வேண்டும். அத்துடன் தெய்வ நாமத்தையும், அவரது மகிமையையும் பாடுவது, தியானம், சாது சங்கம், பிரார்த்தனை இவை எல்லாம் வித்யா மாயையில் அடங்கும். மாடியை அடைவதற்கான படிக்கட்டில் வித்யா மாயை கடைசி படி. இனி ஓர் எட்டு வைத்தால், மாடி. மாடியை அடைவது என்றால் இறை அனுபூதி."

★★★

27. சுவாமி யோகானந்தர்

[குருதேவர் ஸ்ரீ ராமகிருஷ்ண பரமஹம்சரின் சீடர்]

கல்கத்தா அருகே தட்சிணேஸ்வரத்தில் செல்வ செழிப்பு மிக்க ஒரு குடும்பத்தில் 1861 ஆம் ஆண்டு மார்ச் 30ஆம் தேதி பிறந்தவர் யோகிந்தீரநாத் ராய் சௌத்ரி. இவர் பின்னர் குருதேவர் ஸ்ரீ ராமகிருஷ்ண பரமஹம்சரின் பேரருளுக்கு பாத்திரமாகி துறவறம் ஏற்று சுவாமி யோகானந்தர் என்ற திருநாமத்துடன்

அவருடைய நேரடி சீடர்களில் ஒருவராக திகழ்ந்தார். அவரது வாழ்க்கையில் நடைபெற்ற சில சம்பவங்கள் சுவாரசியமாக இருப்பதோடு மட்டுமல்லாமல், குருதேவர் ஸ்ரீராமகிருஷ்ண பரமஹம்சரின் பலதரப்பட்ட பரிமாணங்கள் மற்றும் அவர் இந்த பூமியில் நிகழ்த்திய லீலைகளை அறிந்து கொள்வதற்கும், நம் அனைவரின் ஆன்மீக முன்னேற்றத்திற்கும், எல்லாம் வல்ல இறைவனின் ஆசிகளை பெறுவதற்கும் பேருதவியாக இருக்கும் என்று நம்புகிறேன். அவற்றில் சிலவற்றை இங்கே பார்ப்போம்.

சிறுவயதிலேயே ஆன்மீக நாட்டம் கொண்ட யோகின் திருமணம் செய்து கொள்வதில் விருப்பமில்லாமல் இருந்து வந்தார். குருதேவர் ஸ்ரீ ராமகிருஷ்ணர் தொடர்பிலிருந்த அவருக்கு மிச்சம் மீதி இருந்த உலகப்பற்றும் அடியோடு விலகி விட்டது. இதனை அறிந்த அவரது பெற்றோர்கள் உடனடியாக அவருக்கு திருமண ஏற்பாடுகளை செய்தனர். யோகின் தன் தந்தையாரிடம், “நான் திருமணம் செய்து கொள்ள மாட்டேன்” என்று முடிவாக சொல்லிவிட்டார். தந்தைக்கு என்ன செய்வதென்றே தெரியவில்லை. யோகினின் தாயார் பலமுறை கெஞ்சி கேட்டு, இறுதியில் கண்ணீர் விட்டு அழுதபடியே அவரை நெருங்கி வந்து கெஞ்சும் குரலில், “உனக்குப் பிடிக்கவில்லை என்றாலும் பரவாயில்லை! எனக்காக நீ திருமணம் செய்து கொண்டு தான் ஆக வேண்டும்!! மேலும் உனது முடிவில் தான் உன் தந்தையின்

கவுரவமே அடங்கியுள்ளது!!!” என்று சொல்லி வற்புறுத்த ஆரம்பித்தார். தாயின் அழுகையை காண சகிக்காத யோகின் திருமணத்திற்கு சம்மதித்தார். பெற்றோர்கள் விருப்பப்படியே அவரது திருமணம் நடந்து முடிந்தது. வலுக்கட்டாயமாக கூண்டில் அடைக்கப்பட்ட சிங்கமானது எப்படி விடுதலையை எதிர்நோக்கி அமைதி இழந்து தவிக்குமோ அதுபோல தவிக்கலானார் யோகின்.

ஆன்மீக நாட்டம், இறையனுபூதி என்பதெல்லாம் தன்னைப் பொறுத்தவரையில் வெறும் கேலி கூத்தாகி விட்டதாக எண்ணிய யோகின், “காமினீகாஞ்சன நாட்டம் இருந்தால் ஆன்மீக வாழ்க்கையில் ஒரு அடி கூட முன்னேற முடியாது என்பதை திரும்பத் திரும்ப சொல்லி புரிய வைத்த குருதேவரை இனி நான் எந்த முகத்துடன் பார்க்கப் போவேன்? என் இளகிய மனத்தால் இன்று அனைத்தையும் இழந்து நிற்கிறேன். இனிமேல் எனது நிலைமையை யாராலும் மாற்ற முடியாது. நடந்த திருமணம் நடந்ததுதான். சீக்கிரம் செத்து மடிந்தால் நல்லது” என்றெல்லாம் எண்ணி மனத்தை நாள் முழுவதும் போட்டு குழப்பிக் கொண்டிருந்தார். தினமும் குருதேவரை பார்க்க போய்க் கொண்டிருந்த அவர் திருமணத்திற்கு பிறகு அங்கு போவதை முற்றிலும் நிறுத்திவிட்டார்.

யோகினுக்கு திருமணம் நடந்த விஷயம் குருதேவருக்கு தெரிய வந்தது. அவர் யோகினை

காண ஆவல் கொண்டார். அவனை அழைத்து வரும்படி இரண்டு முறை ஆள் அனுப்பி பார்த்தார். ஆனால் யோகின் வந்தபாடில்லை. யோகினுடைய மனநிலையை நன்கு அறிந்த அவர் சாதுரியமான வழி ஒன்றை கையாண்டார்.காளி கோயிலில் ஒருவர் யோகினிடம் அவருடைய திருமணத்திற்கு முன்பு சில பொருட்களை வாங்கி வருமாறு கொஞ்சம் பணம் கொடுத்து இருந்தார். யோகினும் அவற்றை வாங்கி மற்றொருவர் மூலமாக அனுப்பி வைத்துவிட்டு, மீதி பணத்தை பிறகு தருவதாக சொல்லியிருந்தார். ஆனால் எப்போது என்பதை சொல்ல மறந்து விட்டார். இது எப்படியோ குருதேவருக்கு தெரியவந்தது. அவர் உடனே யோகினுக்கு பழக்கமான மற்றொரு நபரிடம், "யாராவது ஏதாவது வாங்க பணம் கொடுத்தால், அவற்றை உடனே வாங்கித் தந்து விட்டு உரிய காலத்தில் மீதி பணத்தையும் தந்திருக்க வேண்டாமா? யோகின் அதை செய்யாமல், பணத்தை திருப்பித் தரும் தேதியையும் சொல்லாமல் அலட்சியமாக நடந்து கொண்டுள்ளானே!!! என்ன மனிதனப்பா அவன்!!!" என்று கோபித்துக் கொண்டது போல பாசாங்கு செய்தார்.

அந்த மனிதர் நேராக யோகினிடம் சென்று குருதேவர் கூறியதை அப்படியே ஒப்பித்து விட்டார். சீடனுடைய தன்மானத்தை தூண்டிவிட்டு தம்மை நாடி வர செய்வதே குருதேவரின் எண்ணமாக இருந்தது.

அவர் எதிர்பார்த்த திருப்பம் நடக்கவே செய்தது. யோகின் தனக்குள் இப்படி எண்ணலானார், “வேறொரு நபரிடம் என்னைப் பற்றி இப்படி பேசி உள்ளாரே குருதேவர். இவ்வளவு நாள் நெருங்கி பழகியும் அவர் என்னை ஏமாற்றுக்காரன் என்று எண்ணிவிட்டார். போகட்டும் இன்று போய் இந்த விவகாரத்தை முடித்து விட வேண்டும். அதன் பிறகு காளி கோயில் பக்கமே போகக்கூடாது.” அன்று மதியமே யோகின் காளி கோயிலுக்கு புறப்பட்டார். குருதேவர் அறைக்கு வெளியே நின்று கொண்டிருப்பது தொலைவிலிருந்து பார்க்கும்போது தெரிந்தது. அவர் பரவச நிலையில் நின்று கொண்டிருந்தார். யோகினை பார்த்ததும் வேகமாக நெருங்கி வந்து அவரிடம், “திருமணம் செய்து கொண்டாய் அவ்வளவுதானே? நான் திருமணம் செய்து கொள்ளவில்லையா என்ன? இதோ பார் (தம்மை சுட்டிக்காட்டி) இந்த இடத்தின் அன்பு இருந்தால் போதும் நீ இலட்சம் முறை திருமணம் செய்து கொண்டாலும் தீங்கில்லை. இல்லறத்தில் இருந்தபடியே இறைவனை அடைய விரும்புகிறாய் எனில் உனது மனைவியை என்னிடம் அழைத்து வா நான் உங்கள் இருவரையும் அதற்கு தகுதி உடையவர்கள் ஆக்குகிறேன். இல்லையென்றால் உலகை துறந்து கடவுளை அடைய விரும்புகிறாயா? அதையும் சாத்தியமாக்குகிறேன்” என்று இதமாக கூறி முடித்தார்.

யோகின் குருதேவரின் பேச்சை கேட்க கேட்க தன் வசம் இழந்தார். விரக்தியின் விளிம்பில் இருந்த அவருக்கு நம்பிக்கையின் கிரணம் தோன்றி ஒளி ஊட்டியது. இதை சொல்லத்தான் குருதேவர் தன்னை வேறொரு உபாயம் செய்து வரவழைத்து உள்ளார் என்பதும் அவருக்கு இப்போது புரிந்தது. இதய பாரம் நீங்கிய அவர் நீண்ட நாட்களுக்குப் பிறகு சுதந்திரமாக வெளிக்காற்றை உள்வாங்கினார். குருதேவரின் பாதங்களை பணிந்த யோகினை அரவணைத்து அன்புடன் தமது அறைக்கு குருதேவர் அழைத்து சென்றார். அப்போது யோகின் பண விஷயத்தைப் பற்றி ஏதோ சொல்ல முயல குருதேவர் அதை காதில் போட்டுக் கொண்டதாகவே தெரியவில்லை. உடைந்து போயிருந்த சீடரின் உள்ளத்தில் உத்வேகத்தை பாய்ச்சவே குருதேவர் அந்த பண விஷயத்தை கையில் எடுத்துக் கொண்டார். நோக்கம் நிறைவடைந்த பிறகு அது பற்றி அவர் ஒரு வார்த்தை கூட பேசவில்லை. பிரிதொரு நாளில் தன் மனைவியுடன் வந்த யோகினை ஆசீர்வதித்து இந்த பிரச்சனைக்கு குருதேவர் முற்றுப்புள்ளி வைத்தார்.

மனித உறவுகள் எளிதில் உடைந்து நொறுங்க கூடியவை. சுயநலத்தின் மூலம் தோன்றும் சின்ன உரசல் கூட அவர்களுக்கிடையே உள்ள நீண்ட கால உறவுகளை சிதைத்தெறிந்துவிடும். யோகின் உலகத்துடன் ஒட்டாமல் ஆன்மீக வாழ்வில் தீவிரமாக

ஈடுபடுவது அவரது பெற்றோர்களுக்கு பிடிக்கவில்லை. ஒருநாள் யோகினின் தாய், "உனக்கு பணம் சம்பாதிக்கும் எண்ணம் இல்லையென்றால் ஏன் திருமணத்திற்கு சம்மதித்தாய்?" என்று கோபத்துடன் கேட்டார். "திருமணம் செய்து கொள்ளப்பிடிக்கவில்லை என்று நான் உன்னிடம் திரும்பத் திரும்ப சொன்னேனே அம்மா! ஆனால் உனது கண்ணீருக்கு அன்று நான் வழி விட வேண்டியதாயிற்று." யோகின் அமைதியாக தனது வருத்தத்தை வெளியிட்டார். "நீ என்ன சொல்கிறாய் அப்பா? உனக்கு ஆசை இல்லாமல் எப்படி திருமணத்திற்கு சம்மதித்தாய்?" என்று பதிலடி கொடுத்தார் அவரது தாய்.

யோகின் எதுவும் பேசவில்லை அவர் தன் தாய் மற்றும் சுற்றிலும் உள்ளவர்களை வெறுமனே ஒருமுறை உற்றுப் பார்த்தார். அவர் நினைத்தார், "இறைவா என் தாயின் கண்ணீரைத் துடைக்கவே நான் திருமணத்திற்கு சம்மதித்தேன். ஆனால் யாருக்காக நான் எனது வாழ்வை தியாகம் செய்தேனோ, அவரே இன்று இப்படி மாற்றிப் பேசுகிறார். இந்தப் பாழும் உலகமே இப்படித்தான். நான் பார்த்ததில் குருதேவர் ஒருவர்தான் சொல்லிலும், செயலிலும் முரண்படாமல் இருக்கிறார்." இந்த சம்பவத்திற்கு பிறகு அவருக்கு இருந்த கொஞ்சநஞ்ச உலக ஆசையும் நீங்கிவிட்டது. அவர் குருதேவருடன் தங்கி சேவை செய்வதில் மட்டுமே மன அமைதியை

உணர்ந்தார். குருதேவரின் வழிகாட்டுதலில் அவர் பல்வேறு ஆன்மிக சாதனைகளை செய்து பழகினார். உண்மையான குரு தான் கடைப்பிடிப்பதையே பிறருக்கு போதிப்பார். சொல் ஒன்று செயல் மற்றொன்றாக இருப்பவர் சொல்வதை மக்கள் நம்ப மாட்டார்கள்.

“பணத்தை பரிமாற்றம் செய்யும்போது, அது செல்லுமா? செல்லாதா? என்று எப்படி பலமுறை சோதித்துப் பார்த்து திருப்தி அடைவார்களோ, அதே போல் என்னையும் சோதியுங்கள். அதற்குப் பிறகு நான் சொல்வதைக் கேளுங்கள்” என்று குருதேவர் கூறுவார். ஒருநாள் இரவு நேரமாகி விட்டதால் சுவாமி யோகானந்தர் குருதேவருடன் கோயிலிலேயே தங்குவது என்று முடிவு செய்தார். சீடருடைய பணிவிடைகளை ஏற்றுக்கொண்ட குருதேவர் உள்ளம் மகிழ்ந்தார். சாப்பிட்ட பிறகு அவர் கட்டிலில் சென்று படுத்துக்கொண்டார். யோகின் தரையில் விரிப்பு ஒன்றை விரித்து அதில் படுத்தார். இரவு நேரங்களில் யோகின் அவ்வளவாக தூங்க மாட்டார். நடு இரவு வரைக்கும் அங்குமிங்கும் புரண்டு கொண்டிருந்த அவர் எதேச்சையாக குருதேவரின் படுக்கையை பார்த்தார். அங்கே அவரை காணவில்லை. இந்த இரவு நேரத்தில் அவர் எங்கே போயிருப்பார்? ஒரு வேளை வயிறு சரியில்லாமல் கொல்லைப்புறம் பக்கம் சென்று இருப்பாரோ? என்று நினைத்தவர் தண்ணீர் சொம்பு இருக்கும் இடத்தை பார்த்தார்.

அது இருந்த இடத்தில் அப்படியே இருந்தது. எனவே அவர் கொல்லைப்பக்கம் போனது போலவும் தெரியவில்லை. வேறு எங்கு தான் போய் இருப்பார்?

அப்போது குருதேவரின் மனைவியான அன்னை ஸ்ரீ சாரதா தேவி நகபத்தில் (தட்சிணேஸ்வர கோவில் வளாகத்தில் வாத்திய கருவிகள் வைக்க உபயோகப்படுத்தப்பட்ட ஒரு தனி கட்டிடம்) வசித்து வந்தார். 'ஒருவேளை குருதேவர் தமது மனைவியை பார்க்க நகபத்திற்கு சென்றிருப்பாரோ? இவரும் சொல்வது ஒன்று, செய்வது வேறொன்றுதானோ? அப்படி எதுவும் இருந்தால் அதை இப்போதே

கண்டுபிடித்து விட வேண்டும்' என்று எழுந்தார் அவர். மறைவாக ஓரிடத்தில் நின்று கொண்டு நகபத்தின் வாசல் கதவையே வைத்த கண் வாங்காமல் பார்த்துக் கொண்டிருந்தார். சிறிது நேரம் கழிந்தது. பஞ்சவடியின் அருகிலிருந்து யாரோ நடந்துவரும் ஓசை கேட்டது. தொடர்ந்து குருதேவர் வந்து அவர் முன்பு நின்றார்.

யோகினை பார்த்து அவர், “என்னப்பா நட்ட நடுநிசி நேரத்தில் இங்கே நின்று கொண்டு என்ன செய்கிறாய்?” என்று கேட்டார். யோகின் குருதேவரை சந்தேகப்பட்ட தனது சிறுமையை எண்ணி மனம் வருந்தினார். அவர் ஒன்றும் பேசாமல் தலைகுனிந்து நின்றார். அவரது முகத்தைப் பார்த்து அவரது எண்ண ஓட்டத்தை குருதேவர் புரிந்து கொண்டார். “நல்லது நீ செய்தது சரிதான். சாதுவை பகலிலும், இரவிலும் கண்காணி, பிறகு நம்பு” என்று தைரியமூட்டும் வகையில் பேசினார். பிறகு அவரையும் அழைத்துக் கொண்டு அறைக்கு திரும்பினார். குருதேவர் ஸ்ரீ ராமகிருஷ்ணர் ஒன்றும் சொல்லாவிட்டாலும் குற்ற உணர்ச்சியால் யோகினுக்கு அன்று முழுவதும் தூக்கமே வரவில்லை.

குருதேவர் ஸ்ரீ ராமகிருஷ்ண பரமஹம்சருடன் வாழ்வதென்பது பெரிய பேறு மட்டுமல்ல, நல்ல படிப்பினையும் கூட. அவருடைய ஒவ்வொரு செயலிலும், சொல்லிலும் ஆழ்ந்த பொருள் இருக்கும்.

தட்சிணேஸ்வர கோவில் நிர்வாகிகள் ஏற்பாடு செய்தபடி, கோவில் பிரசாத உணவில் ஒரு பகுதியை தினமும் குருதேவரின் அறைக்கு அனுப்பி வைக்க வேண்டும். ஒரு நாள் பிரசாத உணவு தமது அறைக்கு அனுப்பப்படாமல் இருப்பதை அறிந்தார் குருதேவர். இதனால் கவலை கொண்ட அவர் கோவில் அதிகாரிகளிடம் சென்று முறை யிட்டார். தவறு நடந்ததை உணர்ந்த மேலாளரும் குருதேவரின் அறைக்கு போக வேண்டிய பங்கை உடனே கொடுத்து அனுப்பினார். யோகினுக்கு குருதேவரின் இந்த நடவடிக்கை புரியாத புதிராக

இருந்தது. "உணவு விஷயத்தில் அதிக அளவு அக்கறை காட்டாத இவர், இந்த பிரசாத உணவிற்கு போய் ஏன் இப்படி பறக்கிறார்? இன்று போல் என்றும் அவர் மன சஞ்சலப்பட்டு அலைந்ததை நான் பார்த்ததில்லையே!" என்று மூளையைப் போட்டு கசக்கி கொண்டார் யோகின். சிறிது நேரம் கழித்து ஏதோ பெரிய உண்மையை கண்டு கொண்டவர் போல, "என்னதான் ஆன்மீகவாதியாக இருந்தாலும் குருதேவருக்கு அவர் பிறந்த புரோகித குலத்தின் யாசக புத்தி மட்டும் போகவில்லை போலும்" என்று நினைத்துக் கொண்டார்.

அப்போது அறையில் நுழைந்த குருதேவர் யோகினைப் பார்த்து, "இங்கே பார்! ராணி ராசமணி தமது சொத்துக்களில் பெரும் பகுதியை கோவில் திருப்பணிக்கென்று உயில் எழுதி வைத்துள்ளார். எனவே பக்தர்களுக்கும் சாதுக்களுக்கும் பிரசாத உணவு வழங்கப்பட வேண்டும் அல்லவா! அது தானே நியாயம்! இங்கே எனது அறைக்கு வரும் பிரசாத உணவை பக்தர்கள்தானே சாப்பிடுகிறார்கள். இதனால் ராணியின் எண்ணம் கொஞ்சமாவது ஈடேறும் அல்லவா! ஆனால் பிரசாத உணவின் பெரும்பகுதி கோவில் பூஜாரிகளிடம் போய் விடுகிறது. அவர்கள் அதை வெளியில் விலைக்கு விற்று விடுகிறார்கள். இன்னும் சிலரோ தங்களுடைய ஆசைநாயகிகளிடம் கொடுத்து விடுகிறார்கள். இந்த காரணங்களுக்காகத்தான் நான் வலுக்கட்டாயமாக

சென்று எனக்கு வரவேண்டிய பங்கை வாங்கி வந்தேன். இதனால் ராணியின் எண்ணம் சிறிதளவு ஈடேறும். ராணியின் பெயரில் ஏற்படுத்தப்பட்ட இந்த தர்ம கைங்கரியத்தின் புண்ணிய பலன் அவரை சென்று சேரும்" என்று விளக்கினார். குருதேவரின் ஒவ்வொரு செயலுக்கும் ஆழ்ந்த பொருள் இருக்கிறது என்பதை யோகின் அன்று தெளிவாக புரிந்து கொண்டார்.

புற உலக நினைவின்றி எந்த நேரமும் தெய்வீக உணர்விலேயே திளைத்திருந்தாலும், குருதேவர் ஸ்ரீ ராமகிருஷ்ண பரமஹம்சர் தமது சீடர்களின் மனநிலை, உடல் ஆரோக்கியம் ஆகியவற்றில் மிகுந்த கவனத்துடன் செயல்பட்டார். அன்பைப் பொழிந்து சீடர்களை தயார் படுத்தினார் அவர். பிரபல ஓவியர்களும், விஞ்ஞானிகளும் கூட வேலையில் ஆழ்ந்து போய்விட்டால் தங்களை பராமரித்துக் கொள்ள தெரியாமல் திணறுவார்கள். ஆனால் உடல் நினைவு சிறிதும் இல்லாமல், சுற்றுப்புற சூழ்நிலையை பற்றி கொஞ்சமும் கவலைப்படாமல், எந்த நேரமும் இறை உணர்வில் ஆழ்ந்திருக்கும் குருதேவர் சாதாரண உணர்வு நிலைக்கு வந்துவிட்டால் சின்னஞ்சிறிய விஷயங்களில் கூட அதிக கவனம் செலுத்துவார். இது அனைவருக்கும் ஆச்சரியமாக இருக்கும்.

ஒரு நாள் காலையில் குருதேவர் யோகின் மற்றும் ராம்லாலுடன் வண்டியில் பலராம் போஸ்

வீட்டிற்கு புறப்பட்டார். சிறிது தூரம் சென்றதும் குருதேவர் யோகினை பார்த்து, “எனது துணியையும், துண்டையும் எடுத்துக் கொண்டாயா?” என்று கேட்டார். அதற்கு யோகின், “துண்டை எடுத்துக் கொண்டேன். ஆனால் துணியை மறந்து விட்டேன். அதனால் என்ன? பலராம் போஸ் உங்களுக்கு புது துணி வாங்கி தருவார்” என்றார். இந்த பதிலை கேட்டதும் குருதேவர் கடும் கோபமடைந்தார். அவர் யோகினை பார்த்து, “என்ன முட்டாள்தனம்! இதோ பார் துரதிர்ஷ்டசாலி வந்திருக்கிறான் என்றல்லவா சொல்வார்கள்? நமது கவனக்குறைவால் அவர்களுக்கு தர்ம சங்கடத்தைத்தான் ஏற்படுத்தப் போகிறோம். வண்டியை நிறுத்தி உடனே போய் எனது துணியை கொண்டு வா” என்று கூறினார். யோகின் போய் துணியை கொண்டு வந்தார்.

இதயபூர்வமான நம்பிக்கை இல்லை என்றால் ஆன்மீகப் பாதையில் முன்னேறுவது கடினம் என்று சாஸ்திரங்கள் கூறுகின்றன. அதை அரைகுறையாக புரிந்து கொண்டு சில பேர் எல்லோரையும், எல்லாவற்றையும் நம்பத் தொடங்கி விடுகிறார்கள். ஆனால் குருதேவர் தமது சீடர்களிடம் எதையும் குருட்டுத்தனமாக நம்ப கூடாது என்று வலியுறுத்தி கூறுவார். ஆன்மீக வாழ்க்கை என்றாலும் சரி உலக வாழ்க்கை என்றாலும் சரி ஒருவர் தமது பகுத்தறிவால் எதையும் ஆராய்ந்து தெளிய வேண்டும் என்பார் குருதேவர்.

ஒருமுறை யோகின் கடைக்கு சென்று வாணலி ஒன்றை வாங்கினார். அவர் கடைக்காரரின் பக்தியை கண்டு உள்ளம் நெகிழ்ந்து, வாணலியை சரியாக சோதிக்காமல் வாங்கி வந்து விட்டார். வீடு வந்து சேர்ந்த பிறகு தான் அதில் பெரிய கீறல் இருந்தது தெரியவந்தது. யோகின் இவ்வாறு ஏமாந்த விஷயம் குருதேவரின் காதுகளை எட்டியது. அவர் கண்டிப்பான குரலில், “நீ பக்தன் என்பதற்காக முட்டாளாக இருக்க வேண்டியதில்லை. எல்லா கடைக்காரனும் தர்மத்தை உபதேசிக்கவா கடையை திறந்து வைத்திருக்கிறான்? நீ ஏன் கடைக்காரனுக்கு முன்னாலேயே வாணலியை பரிசோதிக்கவில்லை? இனிமேல் இதுபோன்று முட்டாள்தனமாக நடந்து கொள்ளாதே. ஏதாவது பொருளை வாங்க கடைக்குச் சென்றால், அதன் விலையை பற்றி நாலு கடைகளில் விசாரித்த பிறகு வாங்கு. வாங்குகின்ற பொருளுடன் இலவசமாக ஏதாவது தருவது தெரிந்தால் அதையும் கேட்டு வாங்க தயங்காதே” என்றார். யோகின் அன்று அனுபவ பாடம் ஒன்றை கற்றுக் கொண்டார்.

சிலவேளைகளில் கோழைத்தனம் இரக்கம் போல் வெளிப்படுவதுண்டு. அதனை இனம் கண்டு ஆன்மீக சாதகர்கள் தங்களை காத்துக் கொள்ள வேண்டும். இல்லாவிட்டால் அவர்கள் ஆன்மீகப் பாதையிலிருந்து வழி தவற நேரும். ஒரு நாள் குருதேவர் ஸ்ரீ ராமகிருஷ்ண பரமஹம்சர் தமது சட்டை

துணிகளை போட்டு வைக்கும் பெட்டியில் கரப்பான் பூச்சி ஒன்றைக் கண்டார். அதை உடனே வெளியில் எடுத்துக் கொண்டு போய் கொன்றுவிடுமாறு யோகினிடம் கூறினார். ஆனால் இரக்க மேலீட்டால் யோகின் அந்த பூச்சியை கொல்லாமல் வெளியே கொண்டு போய் உயிருடன் விட்டுவிட்டார்.

அவர் உள்ளே நுழைந்ததும் அறையில் இருந்த குருதேவர், “என்ன கரப்பான் பூச்சியை கொன்றாயா?” என்று கேட்டார். “இல்லை, வெளியில் விட்டு விட்டேன்” என்றார் யோகின். அவ்வளவுதான்,

குருதேவர் யோகினை கோபித்துக் கொண்டார். அவர் சொன்னார், “நான் உன்னிடம் கரப்பான் பூச்சியை கொன்றுவிடு என்றுதானே சொன்னேன்? ஆனால் நீயோ அதை கொல்லாமல் உயிருடன் விட்டுவிட்டு வந்து நிற்கிறாய். நான் சொல்வதை அப்படியே கேட்டுப்பழகு. இல்லை என்றால் முக்கியமான விஷயங்களில் கூட உன் விருப்பப்படியே நடந்து கொண்டு அதனால் பெரும் துன்பத்திற்கு உள்ளாவாய்.”

இன்னொரு சமயம் யோகின் கல்கத்தாவில் இருந்து தட்சிணேஸ்வரத்திற்கு படகில் வந்து கொண்டிருந்தார்.

அவர் யாரை பார்க்க போகிறார் என்பதை அறிந்த மற்றொரு பயணி குருதேவரை பற்றி தவறாக பேச ஆரம்பித்தார். அவர் குருதேவரை நடிப்பு பேர்வழி என்றும், ஊரை ஏமாற்றி வயிறு வளர்க்கிறார் என்றும், பஞ்சு மெத்தையில் உறங்கி சுகமாக காலம் கழிக்கிறார் என்றும், பல இளைஞர்களின் வாழ்க்கையை பாழாக்கி விட்டார் என்றும் வாய்க்கு வந்தபடி திட்டினார். அவருடைய பேச்சு யோகினுக்கு ஆத்திரத்தை வரவழைத்தாலும், அவர் தனக்கே உரிய மென்மையான இயல்பால், அதனை அடக்கி கொண்டார். “சரி குருதேவரை பற்றி இவர்களுக்கு

எல்லாம் சரியாக தெரியவில்லை. எனவேதான் இப்படி எல்லாம் பேசுகிறார்கள். இதற்கு நான் என்ன செய்வது?” என்று நினைத்த அவர் மௌனம் காத்தார்.

தட்சிணேஸ்வரம் வந்ததும் அவர் நடந்த விஷயத்தை குருதேவரிடம் கூறினார். புகழ்ச்சி, இகழ்ச்சி ஆகிய இரண்டையும் சமமாக பார்க்கும் குருதேவர் இதை பெரிய விஷயமாக எடுத்துக் கொள்ள மாட்டார் என்பதுதான் யோகினின் எண்ணம். ஆனால் நடந்ததோ வேறு. குருதேவர் அவர் நினைத்தது

போல் அந்த விஷயத்தை அவ்வளவு எளிதாக எடுத்துக் கொள்ளவில்லை. அவர் யோகினிடம், "எந்த தவறும் செய்யாத என்னைப் பற்றி ஒருவன் கீழ்த்தரமாக பேசியுள்ளான். அதைக் கேட்டு நீ ஒன்றுமே பதில் சொல்லாமல் வந்திருக்கிறாய். சாஸ்திரங்கள் என்ன சொல்கின்றன தெரியுமா? உனது குருவைப் பற்றி தவறாக பேசுபவனின் தலையை துண்டித்து விடு! குறைந்தபட்சம் அவன் இருக்கும் இடத்தை விட்டாவது அகன்று விடு!!" என்று சொல்கின்றன. ஆனால் நீயோ என்னைப் பற்றிய தவறான குற்றச்சாட்டுகளுக்கு எதிர்ப்பை தெரிவிக்காமல் இருந்துள்ளாய்" என்றார். யோகின் தலைகுனிந்து நின்றார். ஆனால் இதற்கு அப்படியே நேர்மாறாக இன்னொரு சீடரான நிரஞ்ஜனானந்தர் குருதேவரை பற்றி தவறாக பேசியவர்களை படகுடன் சேர்த்து மூழ்கடிக்க முயன்றதை கேள்விப்பட்ட குருதேவர், அவரை கடுமையாக கண்டித்து பேசினார். சீடர்களின் மனநிலைக்கு ஏற்ப எந்த சூழ்நிலையிலும் நிதானத்துடன் அற வழியில் நின்று தர்மத்தை காக்க வேண்டி குருதேவர் அவர்களை பயிற்றுவித்தார்.

★★★

௨௮. குரு வாக்கியம்

★ **கோபம்:** கோபம் பொல்லாதது கோபப்படுபவரை தொடவே என்னால் முடியாது. அவரது அருகாமையை கூட என்னால் தாங்க முடியாது. சாஸ்திரங்கள் காமத்திற்கு பிறகு கோபம்தான் மனிதனுக்கு மிகப்பெரிய எதிரி என்று

கூறுகின்றது. கோபம் ரஜோகுணத்தில் இருந்து தோன்றுகிறது.

* அதிகம் சாப்பிடாதே. இந்த ஆசார பேயையும் விட்டுவிடு. அந்த பேய் பிடித்தவர்களுக்கு ஞானம் உண்டாவதில்லை. ஆசாரம் குறித்து சிந்தித்து அதிகமாக மண்டையை உடைத்துக் கொள்ள வேண்டாம்.

* **நிந்தனை:** யாரையும் நிந்திக்காதே. ஒரு புழுவை கூட கேவலமாக பேசாதே. பக்திக்காக எப்படி இறைவனை பிரார்த்திக்கிறாயோ அதுபோலவே, 'நான் யாரையும் நிந்திக்க கூடாது' என்றும் வேண்டிக் கொள். 'நாராயணனே' இந்த எல்லா வடிவங்களாகவும் உள்ளார். அதனால் தீயவர்களையும் கூட வணங்கி வழிபடலாம்.

* இறைவனை மகிழ்வி அதனால் எல்லோரும் மகிழ்வார்கள், 'தஸ்மின் துஷ்டே ஜெகத்துஷ்டம்.'

* **பிரார்த்தனை:** மனத்தை உலக ஆசைகளில் இருந்து விடுவிக்காமல் நீ செய்யும் பிரார்த்தனைகள் கடவுளை சென்று அடையாது.

* உண்மையான மனிதனை இறைவனானவர் ஒருபொழுதும் எந்த நிலையிலும் அவமானத்திற்கு ஆளாக்குவதில்லை. அவன் எல்லோரிடமும் வெற்றி அடைகிறான்.

* படகு தண்ணீரிலேயே இருக்கட்டும் ஆனால் தண்ணீர் படகுக்குள் நுழையாதவாறு பார்த்துக் கொள்ள வேண்டும். அதேபோல் ஆன்மீக சாதகன் இவ்வுலகிலேயே வாழலாம். ஆனால் உலகியல் எண்ணம் தனக்குள் நுழையாதவாறு அவன் கவனமாக இருக்க வேண்டும்.

* எல்லா கடமைகளையும் செய்யுங்கள். ஆனால் மனத்தை மட்டும் இறைவனிடம் வைத்திருங்கள். அனைவருடனும் சேர்ந்து வாழுங்கள். மனைவி, குழந்தைகள், அப்பா, அம்மா என்ற எல்லோருக்கும்

சேவை செய்யுங்கள். ஆனால் உங்கள் இதய ஆழத்தில் அவர்கள் யாருமே உங்களுக்கு சொந்தமானவர் கிடையாது என்பதை ஆணித்தரமாக சொல்லி வையுங்கள்.

* மனித வாழ்வின் லட்சியம் இறைவனை காண்பதே!

* தூய பக்திதான் வாழ்க்கையின் சாரம்!

* இறை நாட்டம் ஏற்பட்டு, தூய பக்தி பெருகும் போது, நமது பாவங்கள் அனைத்தும் சுத்தமாக கழுவப்பட்டு நீங்கி விடுகிறது.

* கைகளை தட்டி இறைவனின் நாம மகிமைகளை பாடும் போது பாவங்கள் என்ற பறவைகள் அனைத்தும் பறந்து மறைந்து விடுகின்றன

* யாருக்கு இறைவனிடம் ஆழ்ந்த பக்தி இருக்குமோ அவனுக்கு அரசன், தீயவர், மனைவி என்று எல்லோரும் அனுகூலமாக அமைந்து விடுவார்கள்.

- ✶ பிச்சைக்காரன் தான் பணக்காரனின் வாசலில் நின்று கொண்டு, "ஐயா காசு கொடுங்கள்! ஐயா காசு கொடுங்கள்!!" என்று அரற்றிக் கொண்டிருப்பான். அவனது தொந்தரவை பொறுக்க முடியாமல் பணக்காரனும், "இந்தா பிடி காசை! முதலில் இடத்தை காலி செய்!!" என்று அலட்சியமாக சொல்லி காசை விட்டெறிந்து கதவை சாத்துவான். ஆனால் நமது உறவு அப்படிப்பட்டதல்ல நீங்கள் எல்லாம் என்னுடையவர்கள். நீங்களாக எதுவும் என்னிடம் கேட்க வேண்டியது இல்லை. எனக்கு சொந்தமானவை அனைத்தும் உங்களுக்குத்தான்.

- ✶ சத்தியத்தின் மீது சீரான பக்தி கொண்டவன் சத்தியப் பொருளான இறைவனை அடைவது உறுதி.

- ✶ தினமும் இறைவனிடம் பிரார்த்தனை செய்ய வேண்டும். ஒரே நாளிலெல்லாம் வெற்றி கிடைத்து விடாது. தினசரி பிரார்த்தனையின் விளைவாக ஒரு நாள் இறைவன் மீது ஏக்கம் உண்டாவது

உறுதி. இரவும் பகலும் உலகியலில் மூழ்கிக் கிடந்தால் அந்த ஏக்கத்தை எப்படி உணர முடியும்?

✶ பசித்த வயிற்றில் மதம் ஏறாது!

✶ உடல் என்னும் வீட்டிற்கு நோய் மற்றும் துன்பம் என்னும் வாடகை கொடுத்தே ஆக வேண்டும்.

✶ மதங்கள் ஒரே இறைவனை அடைய உதவும் பல்வேறு பாதைகள். எத்தனை மதங்களோ, அத்தனை பாதைகள். கணவரது இல்லத்தில் உள்ள ஒவ்வொருவரிடமும் மனைவிக்கு தனித்துவமான உறவு உண்டு. மாமனார், மாமியார், நாத்தனார், கொழுந்தனார் என்ற உறவுகள் இருந்த போதிலும் தன் கணவரிடமான உறவு அவளுக்கு தனித்துவமானது, மேன்மையானது அதுபோலத்தான் நம் சொந்த மதமும்.

ஓம் நமோ பகவதே ஸ்ரீ ராமகிருஷ்ணாய நமஹ!

ஓம் சாந்தி!!!

www.ingramcontent.com/pod-product-compliance
Lightning Source LLC
LaVergne TN
LVHW100325210926
848480LV00003B/1262